കലാഭവൻ മണി

വ്യക്തി-ജീവിതം-കല

വി. എസ്. ശ്രീജിത്ത് കുമാർ

ലിപി പബ്ലിക്കേഷൻസ്
കോഴിക്കോട് - 673 002

Malayalam

KALABHAVAN MANI
VYAKTHI - JEEVITHAM - KALA
(Biography)

By

V.S. SREEJITH KUMAR

First Edition : April 2018

Typeset & Layout by LIPI DTP

Cover Designed : Vijeesh Lipi

Printed at Geethanjali Offset Prints

Publishers
LIPI PUBLICATIONS
Head Office
AL Ameen Building, 13/766- U 6
Rly.Stn. Link Road, Kozhikode - 673 002
Tel: 0495-2700321

Showroom
LIPI BOOKS
B-12, Vikas Building, Rly. Stn. Link Road, Kozhikode-2
Tel: 0495-2700192 Mobile: 9847262583
Email: lipipublicationsclt@gmail.com
lipiakbar@gmail.com
www.lipipublications.com

ഉള്ളടക്കം

പൊട്ടിച്ചിരിയുടെ കറുത്ത മുത്ത്	07
ചാലക്കുടി എന്ന ജീവിത ലൊക്കേഷൻ	18
നാടൻപാട്ടിന്റെ അംബാസിഡർ	30
കലാഭവൻ മണി അഭിനയിച്ച സിനിമകൾ	37
കലാഭവൻമണിയുടെ പാട്ടുകൾ	42

പൊട്ടിച്ചിരിയുടെ കറുത്ത മുത്ത്

കൂട്ടുകാരെ ഇതു ഞാനാ കലാഭവൻ മണി ങ്യാഹഹഹ... ആരെയും പൊട്ടിച്ചിരിപ്പിക്കാൻ ഒരു നീണ്ട ചിരിയുടെ താളവുമായി മിമിക്രി വേദിയിൽ നിന്ന് മലയാള സിനിമയിലേക്ക് കടന്നു കയറിയ ബഹുമുഖപ്രതിഭയായിരുന്നു കലാഭവൻ മണി. മലയാള സിനിമയിലെ പൊട്ടിച്ചിരിയുടെ കറുത്ത മുത്ത്. ഒരേ സമയം സിനിമകളിലൂടെയും നാടൻ പാട്ടുകളിലൂടെയും അതിവേഗത്തിൽ കേരളീയരുടെ സ്നേഹവും പ്രതിപത്തിയും ആർജ്ജിക്കാൻ അദ്ദേഹത്തിനായി. അനുകരണകലയിലൂടെയും നാടൻപാട്ടുകളിലൂടെയും അനന്യമായ അഭിനയമികവിലൂടെയും മണി മലയാളികൾക്ക് മറക്കാനാകാത്ത വ്യക്തിത്വമായി മാറി. തൃശൂർ ജില്ലയിലെ ചാലക്കുടി ചേന്നത്തുനാട് കുന്നിശ്ശേരി വീട്ടിൽ പരേതനായ രാമന്റെയും അമ്മിണിയുടെയും മകനായി 1971 ജനുവരി ഒന്നിനായിരുന്നു മണിയുടെ ജനനം. അവരുടെ ഏഴ് മക്കളിൽ ആറാമനായിരുന്നു മണി. വേലായുധൻ, രാമകൃഷ്ണൻ, ശാന്ത, തങ്കമണി, ലീല, അമ്മിണി എന്നിവരായിരുന്നു സഹോദരങ്ങൾ. നിമ്മിയാണ് ഭാര്യ. ഒരു മകൾ ശ്രീലക്ഷ്മി. സഹോദരനായ രാമകൃഷ്ണൻ ആർ.എൽ.വി കോളേജിൽ നൃത്തം അഭ്യസിച്ച അറിയപ്പെടുന്ന കലാകാരനാണ്.

മണിയുടെ ബാല്യകാലം കടുത്ത ദാരിദ്ര്യം നിറഞ്ഞതായിരുന്നു. ചാലക്കുടി പുഴയോരത്തെ ജാതിത്തോട്ടത്തിലെ പണിക്കാരനായിരുന്ന അച്ഛന്റെ തുച്ഛമായ വരുമാനം ആ വലിയ കുടുംബത്തിന് തികയുമായിരുന്നില്ല. വിദ്യാഭ്യാസ കാലത്ത് പഠനത്തിൽ വലിയ താൽപര്യം കാണിക്കാതിരുന്ന മണി അതൊഴികെ മറ്റെല്ലാത്തിലും മുൻപന്തിയിലായിരുന്നു. റേഡിയോ നാടകങ്ങളും കലാപരിപാടികളും ഫുട്ബോളുമായിരുന്നു ഇഷ്ടവിഷയങ്ങൾ. റേഡിയോ കേൾക്കാനായി താൻ കാത്തിരുന്നതിന്റെ കഥ മണി പറയുന്നത് രസകരമാണ്. “സന്ധ്യയായാൽ അപ്പുറത്തെ വീട്ടിലെ അന്തോണി ച്ചേട്ടന്റെ വീടിനു മുന്നിലെ സിമന്റ് പാകിയ ഉമ്മറത്ത് നിവർന്ന് കിടക്കും.

'സ്വർഗ്ഗസ്ഥനായ പിതാവേ' എന്ന് തുടങ്ങുന്ന പ്രാർത്ഥന തീരാനായി ഞാൻ കാത്തിരിക്കും. അന്തോണിച്ചേട്ടന്റെയും കുടുംബത്തിന്റെയും പ്രാർത്ഥന തീർന്നാലുടൻ റേഡിയോ ഓൺ ചെയ്യും. വയലും വീടും, ചേട്ടനും ചേട്ടത്തിയും എന്റെ കലാസ്വാദനത്തിന്റെ ആദ്യനാളുകൾ." 1987-ൽ കൊല്ലത്തു നടന്ന സ്കൂൾ കലോത്സവത്തിൽ മോണോ ആക്ടിൽ ഒന്നാം സ്ഥാനം മണിക്കായിരുന്നു. അന്ന് മന്ത്രിയായ കെ. ചന്ദ്രശേഖരന്റെ കൈയ്യിൽ നിന്നും വാങ്ങിയ 500 രൂപയുടെ ക്യാഷ് പ്രൈസിനെപ്പറ്റി മണി പറയുന്നത്; "അതിൽ 50 രൂപ, മൂത്രത്തിൽ പഴുപ്പായി ചാലക്കുടി ആശുപത്രിയിൽ കിടക്കുന്ന അച്ഛന് മരുന്നു വാങ്ങി. അച്ഛൻ സുഖമായി വീട്ടിൽ തിരിച്ചെത്തി. ബാക്കി കാശിന് എന്റെ വലിയ രണ്ട് മോഹങ്ങൾ പൂവണിയിച്ചു. ഒരു ദോശക്കല്ലിന്റെ വലുപ്പമുള്ള വാച്ചും ഒരു സൈക്കിളും. സൈക്കിൾ അഴിച്ചുപണിത് പച്ച പെയിന്റടിച്ച് ചാലക്കുടി മുഴുവൻ കറങ്ങിയ കഥ ആ സമ്മാനത്തിനുണ്ട്." ജീവിതപ്രയാസങ്ങളും സാമർത്ഥ്യക്കുറവും കാരണം മൂന്നാമത്തെ ശ്രമത്തിൽ പത്താം ക്ലാസ്സ് ജയിച്ചതിനുശേഷം മണി പഠനം നിർത്തി. രണ്ടു തവണ പരീക്ഷ എഴുതിയിട്ടും ജയിക്കാൻ വേണ്ട 210 മാർക്ക് നേടാൻ മണിക്കായില്ല. മൂന്നാം തവണ 500-ന്മേൽ മാർക്ക് നേടിയെങ്കിലും പരീക്ഷാഫലം വന്നപ്പോൾ കോപ്പിയടിച്ചതിനാൽ ഫലം തടഞ്ഞുവെച്ചതായാണ് വന്നത്. എന്നാൽ താൻ കോപ്പി അടിച്ചിട്ടില്ലെന്ന് സത്യസന്ധമായി പറഞ്ഞെങ്കിലും ആരുമത് വകവച്ചില്ല. കഴിഞ്ഞ രണ്ടു പരീക്ഷയ്ക്കും പഠിച്ചതോടെ പാഠഭാഗങ്ങൾ മുഴുവൻ മനഃപാഠമാക്കിയതാണ് തനിക്ക് ഇത്രയും മാർക്ക് കിട്ടിയതെന്ന് മണി പിന്നീട് പറഞ്ഞിട്ടുണ്ട്. സിനിമയിൽ വന്നതിനുശേഷം മണി വാങ്ങിച്ചു കൂട്ടിയ വാഹനങ്ങൾക്ക് 100 എന്ന നമ്പറായിരുന്നു തെരഞ്ഞെടുത്തിരുന്നത്. അതിനുകാരണമായി പഠിക്കുന്ന സമയത്ത് മാർക്ക് കിട്ടാത്തതിന്റെ സങ്കടം തീർത്തതാണെന്ന് തമാശയെന്നോണം പറയും. പഠിക്കുന്ന കാലത്ത് പോലീസിൽ ചേരണമെന്നായിരുന്നു ആഗ്രഹം. സ്കൂളിലെ എൻ.സി.സി സർട്ടിഫിക്കറ്റിന്റെ പിൻബലത്തിൽ സി.ഐ.എസ്.എഫിൽ അലക്കുകാരന്റെ പണി തരമായി. പഞ്ചാബിലേക്കായിരുന്നു ആദ്യ നിയമനം. അതിനാൽ ജോലിക്കു പോകാതെ പഴയ പണികളുമായി മണി മുന്നോട്ടു പോയി. കഷ്ടപ്പാടുകളാൽ നിറഞ്ഞ ബാല്യം ആയിരുന്നെങ്കിലും അതിനെ അതിജീവിക്കാൻ മണി പരിശ്രമിച്ചു. മരം കയറ്റക്കാരനായും മണൽവാരൽത്തൊഴിലാളിയായും ഇരുപത്തഞ്ച് പൈസയ്ക്ക് വഞ്ചി കുത്തുകാരനായും ഉത്സവപ്പറമ്പുകളിലെ ചുക്കുകാപ്പി വില്പനക്കാ

രനായും തുണി വില്പനക്കാരനായും വൈദ്യശാലയ്ക്കുവേണ്ടി കുറുന്തോട്ടി പറിക്കുന്നവനായും ഫോറിൻ സാധനങ്ങളുടെ വിൽപനക്കാരനായും 'കൊച്ചുമണി' മാറിയത് ജീവിക്കാനായിരുന്നു. ദാരിദ്ര്യം അനുഭവിച്ചിട്ടുള്ള മണിക്ക് അന്യരുടെ ദുഃഖവും നന്നായി മനസ്സിലാക്കാൻ കഴിഞ്ഞിരുന്നു. ദാരിദ്ര്യം മണിയുടെ ഗുരുനാഥനായിരുന്നു എന്നു പറയാം. ചാലക്കുടി എന്ന ദേശവും അവിടുത്തെ പുഴയും മണിക്ക് ജീവിതായോധനത്തിനുള്ള കളരിയായി മാറി. ദൈനംദിന ജീവിതച്ചിലവ് നിവർത്തിക്കുന്നതിനായി ചാലക്കുടി ടൗണിൽ ഓട്ടോറിക്ഷാ ഡ്രൈവറായതിനെപ്പറ്റി മണി പറയുന്നത് അത് തികച്ചും യാദൃശ്ചികമായി സംഭവിച്ചു പോയി എന്നാണ്. "ചാലക്കുടി ഗവ. ബോയ്സ് ഹൈസ്കൂളിൽ ഏഴാം ക്ലാസ്സിൽ പഠിക്കുന്ന സമയം. വീടിനടുത്തുള്ള അലിച്ചേട്ടൻ ഓട്ടോറിക്ഷ കഴുകാൻ ഏല്പിച്ചു. ആരും കാണാതെ ഞാൻ വണ്ടി സ്റ്റാർട്ടാക്കി കൊണ്ടുപോയി. അതായിരുന്നു തുടക്കം. അങ്ങനെ ഞാൻ ഓട്ടോറിക്ഷാ ഡ്രൈവറായി. മുസ്തഫ സൺസ് എന്നാണ് വണ്ടിയുടെ പേര്. ശനി, ഞായർ ദിവസം മാത്രമേ ഓട്ടോറിക്ഷാ ഓടിക്കാൻ പോകുമായിരുന്നൊള്ളൂ." ഒഴിവുദിവസങ്ങളിൽ ഓട്ടോറിക്ഷാ സ്റ്റാൻഡിലെ സുഹൃത്തുക്കളുടെ മുൻപിൽ നടന്മാരെ അനുകരിച്ചും മിമിക്രി പരിപാടികൾ നടത്തിയും തമാശകൾ പറഞ്ഞും മണി കൈയ്യടി നേടി. അവരുടെ പ്രോത്സാഹനം പ്രചോദനമായിരുന്നു. യഥാർത്ഥത്തിൽ മണിയെന്ന കലാകാരന്റെ വളർച്ചയും വികാസവുമാണ് അവിടെ നടന്നത്. മണി

യുടെ ആദ്യകാഴ്ചക്കാർ സുഹൃത്തുക്കളാണ്. ആദ്യവേദി ഓട്ടോറിക്ഷാ സ്റ്റാന്റും. ഇക്കാലയളവിൽ ക്ലബ്ബുകളുടെ ആഘോഷപരിപാടികളിലും ഉത്സവപ്പറമ്പുകളിലും ചെറിയ പരിപാടികൾ അവതരിപ്പിച്ചിരുന്ന മണി നാട്ടിലെ മിമിക്രികലാകാരനായി അറിയപ്പെട്ടു തുടങ്ങി. ഒരിക്കൽ ചാലക്കുടിയിൽ വെള്ള ജുബ്ബാ അണിഞ്ഞ് സ്റ്റേജിൽ പ്രവേശിച്ച തന്നെ വരവേറ്റത് നിർത്താത്ത കൂവലായിരുന്നു എന്ന് പറഞ്ഞിട്ടുണ്ട്. ജൂബ്ബാ ഹാങ്കറിൽ തൂക്കിയിട്ടിരിക്കുന്നതാണോ? എന്നുവരെ ചില വിരുതന്മാർ വിളിച്ചുചോദിച്ചു. എന്നാൽ അവരോട് മണി ഒരഭ്യർത്ഥന നടത്തി. "രൂപം കണ്ട് നിങ്ങൾ എന്നെ കൂവി തോല്പിക്കരുത്. പരിപാടി ഇഷ്ടപ്പെട്ടാൽ മാത്രം കൈയ്യടിച്ചാൽ മതി. അതേറ്റു പരിപാടി തുടങ്ങി. പിന്നെ നിലയ്ക്കാത്ത കയ്യടി."

ഇതിനിടയിലാണ് അദ്ദേഹം കൊച്ചി കേന്ദ്രമായ കലാഭവൻ മിമിക്രി ട്രൂപ്പിൽ എത്തുന്നത്. ഇരിങ്ങാലക്കുടക്കാരനായ പീറ്റർ എന്ന വ്യക്തിയാണ് മണിയെ അവിടെ എത്തിച്ചത്. പീറ്റർ കലാഭവനിലെ ഗായകനായിരുന്നു. തൃശൂരിലെ ഒരു ക്ഷേത്രത്തിൽ മണിയുടെ മിമിക്രി കാണാനിടയായ പീറ്റർ തൊട്ടടുത്ത ദിവസം നേരെ കലാഭവനിലേക്ക് വിളിച്ചുകൊണ്ടുപോവുകയായിരുന്നു. കറുത്ത് മെലിഞ്ഞയാൾ ആയതിനാൽ കലാഭവനിലെ ആർക്കും മണിയെ പിടിച്ചില്ല. പക്ഷേ, കലാഭവനിലെത്തി ആറുമാസം കൊണ്ട് അവിടുത്തെ ഗ്രൂപ്പ് ലീഡറായി. ഇതോടെ മണി കലാഭവന്റെ ലേബലിൽ അറിയപ്പെട്ടു. മണിയുടെ വ്യക്തിജീവിതവും കലാജീവിതവും മാറ്റിമറിച്ചത് കലാഭവനാണ്.

അവിടെയെത്തിച്ചേർന്ന അനുഭവം മണി ഓർക്കുന്നത് ആരെയും നൊമ്പരപ്പെടുത്തുന്നതാണ്. 'ചാലക്കുടിക്കാരൻ ചങ്ങാതി' എന്ന ഓട്ടോ ചാലക്കുടിയിലെ വേലായുധം വർക്ക്ഷോപ്പിൽ കയറ്റിയിട്ടാണ് കലാഭവനിലേക്ക് പോയത്. കാക്കിഷർട്ട് ഇട്ടുകൊണ്ടുതന്നെയാണ് അവിടെ പോകുന്നത്. എന്നെ കണ്ട വഴി കലാഭവന്റെ നടത്തിപ്പുകാരനായ ഫാദർ ആബേലച്ചൻ പറഞ്ഞു 'ഇങ്ങനെയുള്ള ഡ്രസ്സ് ഇട്ടുകൊണ്ടൊന്നും പരിപാടി അവതരിപ്പിക്കാൻ പറ്റില്ല.' അന്ന് അതല്ലാതെ മറ്റൊരു ഡ്രസ്സ് എനിക്കില്ല. മേടിക്കാനുള്ള നിവൃത്തിയുമില്ല. ഈ നിവൃത്തിയില്ലായ്മ ആണ് എല്ലാം നേടിയെടുക്കാൻ കലാഭവൻ മണിക്ക് കരുത്തേകിയത്. കലാഭവന്റെ അഭിമുഖത്തിൽ അവതരിപ്പിച്ചത് കോളിംഗ് ബെൽ മുഴങ്ങുന്ന ശബ്ദമായിരുന്നു. ആ ശബ്ദം നന്നായി അനുകരിച്ച മണിയെ ആബേലച്ചന് ബോധിച്ചു. അങ്ങനെ

മണി കലാഭവനിൽ കയറിപ്പറ്റി. ആബേലച്ചന്റെ നേതൃത്വത്തിൽ തുടങ്ങിയ കലാഭവൻ അക്കാലത്ത് കേരളത്തിലെ ജനപ്രിയ മിമിക്രി ട്രൂപ്പായിരുന്നു. ജയറാം, ദിലീപ്, നാദിർഷാ, സലിംകുമാർ, സിദ്ധിഖ്, ലാൽ തുടങ്ങിയ മലയാള സിനിമയിലെ പിൽക്കാല പ്രശസ്തരെല്ലാം അന്ന് അവിടെ മണിയുടെ കൂട്ടുകാരും സഹപ്രവർത്തകരുമായിരുന്നു.

പിന്നീടുള്ള മണിയുടെ ജീവിതം കലാഭവനിലൂടെയാണ് വളർന്നത്. തന്റെ കലാവിരുത് വികസിപ്പിക്കാനും ഇന്ത്യയ്ക്കകത്തും പുറത്തും ഒരുപാട് വേദികളിൽ കലാപ്രകടനം നടത്താനും കലാഭവനിലൂടെ സാധിച്ചു. മിമിക്രി വേദികളിൽ വേറിട്ട നമ്പരുകളാണ് മണി പയറ്റിയിരുന്നത്. കുരങ്ങിനെയും ഒട്ടകത്തിനെയും ദിനോസറിനേയും അവതരിപ്പിക്കുക, പതിനാറ് പാട്ടുകൾ ഒന്നിച്ചുചേർത്ത് ഒറ്റപ്പാട്ടായി പാടുക, ആന നടക്കുന്നത് അനുകരിക്കുക എന്നിവയെല്ലാം മണിയുടെ മാത്രം മിമിക്രി നമ്പരുകളായിരുന്നു. കലാഭവനിലെ സീനിയർ ആർട്ടിസ്റ്റുകളുടെ ചങ്ങാത്തം അദ്ദേഹത്തെ സ്വാധീനിക്കുകയും പ്രോത്സാഹിപ്പിക്കുകയും ചെയ്തു. ആദ്യകാലങ്ങളിൽ കലാഭവനിലെ പരിപാടികളും ഓട്ടോ ഓടിക്കുന്നതും ഒരുമിച്ചുകൊണ്ടുപോയി. പകൽ മുഴുവൻ ഓട്ടോ ഓടിക്കലും ഒഴിവ് സമയങ്ങളിൽ ഡയലോഗ് കാണാതെ പഠിക്കലും രാത്രിയിൽ മിമിക്രി പരിപാടികളുമായി ജീവിതം ആഘോഷമാക്കി. കലാഭവനിലെ മിമിക്രി വേദികളിൽ ഒഴിച്ചുകൂടാനാവാത്ത ആളായി മണി മാറി.

ഒരിക്കൽ ഒരു ഗൾഫ് പരിപാടിയിൽ പങ്കെടുക്കുന്നതിനുവേണ്ടിയുള്ള ഇന്റർവ്യൂവിൽ മണി പോയിരുന്നു. അന്ന് അഭിമുഖം ചെയ്യാനായി വന്നത്

മിമിക്രി ആർട്ടിസ്റ്റായ നാദിർഷ ആയിരുന്നു. മൂന്ന് പേർക്കായിരുന്നു അവസരം ഉണ്ടായിരുന്നത്. രണ്ടുപേരെ നേരത്തെ സെലക്ട് ചെയ്തിരുന്നു. മൂന്നാമത്തെ ആളെ നാദിർഷ മുമ്പുതന്നെ കണ്ടുവെച്ചിരുന്നു. അയാൾ പുറത്ത് കാത്തുനിൽക്കുന്നുണ്ട്. അതിനാൽ ഇന്റർവ്യൂവിൽ മണിയെ ഒഴിവാക്കാൻ പരമാവധി ശ്രമിച്ചു. പല നമ്പരുകളും മണി അഭിനയിച്ച് കാണിച്ചെങ്കിലും അതെല്ലാം തഴയപ്പെട്ടു. ഒടുവിൽ ആന നടക്കുന്നത് അഭിനയിക്കാമെന്നായി. നാദിർഷ അത് സമ്മതിച്ചപ്പോൾ അതിന് കറുത്ത പാന്റ് ആവശ്യമാണെന്ന് മണി പറഞ്ഞു. അന്ന് ഇന്റർവ്യൂവിൽ മുണ്ടുടുത്തു വന്ന മണിയോട് എന്നാൽ പാന്റിട്ട് വരാത്തതെന്താണെന്ന് ചോദിച്ച് നാദിർഷ ദേഷ്യപ്പെട്ടു. കറുത്ത പാന്റ് ഒന്നേയുള്ളൂ എന്നും അത് കലാഭവന്റെ പരിപാടിക്ക് പോകാനായി നനച്ചിട്ടിരിക്കുവാണെന്നും പറഞ്ഞു. ഈ ദയനീയത മനസിലാക്കിയ നാദിർഷ അത്തവണ ഗൾഫ് പരിപാടിക്കായി മണിയെ തെരഞ്ഞെടുത്തു. അന്ന് ഇന്റർവ്യൂ നടക്കുന്നതിന്റെ പുറത്ത് അവസരം പ്രതീക്ഷിച്ച് കാത്തിരുന്ന ആൾ മലയാളത്തിൽ പിന്നീട് തിളങ്ങിയ നടൻ ദിലീപായിരുന്നു.

ഇക്കാലഘട്ടത്തിൽ തന്നെ വിനോദശാല എന്ന ടി.വി പരമ്പരയിലൂടെ അദ്ദേഹം ആദ്യമായി മിനിസ്ക്രീനിലെത്തി. സിനിമയിൽ ജൂനിയർ ആർട്ടിസ്റ്റായി ചില വേഷങ്ങൾ ചെയ്തെങ്കിലും അത് അറിയപ്പെട്ടില്ല. മണിയുടെ ഭാഗ്യമെന്നോണം മിമിക്രി കണ്ട ഡയറക്ടർ അമ്പിളി സിനിമയിലേക്ക് ക്ഷണിച്ചു. എന്നെങ്കിലും സിനിമ ചെയ്യുന്നുണ്ടെങ്കിൽ അതിൽ മണിക്ക് ഒരു റോൾ ഉണ്ടാകുമെന്ന് പറഞ്ഞു. അങ്ങനെ 'സമുദായം' എന്ന സിനിമയിൽ മാമുക്കോയയുടെ അസിസ്റ്റന്റായി മീൻ വിൽപനക്കാരനായി ചെറിയ ഒരു റോളിൽ അഭിനയിച്ചു. അതു കഴിഞ്ഞാണ് 'അക്ഷരം' എന്ന സിനിമയിൽ അവസരം ലഭിച്ചത്. 1995-ൽ സിബി മലയിൽ സംവിധാനം ചെയ്ത 'അക്ഷരം' എന്ന ചിത്രത്തിൽ ഒരു സീനിൽ ഓട്ടോറിക്ഷാ ഡ്രൈവറായി അഭിനയിച്ചതാണ് സിനിമയിൽ എടുത്ത് പറയക്കത്ത വിധത്തിലുള്ള ആദ്യ വേഷം.

1996-ൽ പുറത്തിറങ്ങിയ സുന്ദർദാസിന്റെ 'സല്ലാപ'ത്തിലെ ചെത്തുകാരൻ രാജപ്പന്റെ വേഷം അദ്ദേഹത്തെ സിനിമാലോകത്ത് ശ്രദ്ധേയനാക്കി. ലോഹിതദാസായിരുന്നു സല്ലാപത്തിൽ അവസരം കിട്ടാൻ കാരണം. ഫോറിൻ സാധനങ്ങളുടെ വിൽപനക്കാരനായിരുന്ന കാലം ഒരുപാട് തവണ ലോഹിതദാസിന്റെ വീട്ടിലും മണി പോയിട്ടുണ്ട്. പിന്നീട് മണിയുടെ മിമിക്രി കാണാനിടയായ ലോഹിതദാസ് സിനിമയിലേക്ക് ക്ഷണിക്കുകയായിരുന്നു.

സല്ലാപത്തിന്റെ ഷൂട്ടിംഗിന് ചെന്നപ്പോൾ അരയിൽ കത്തിയും വച്ചു നടക്കുന്ന രംഗം അഭിനയിക്കാൻ പറഞ്ഞു. മണിയുടെ നടത്തം അപ്പോൾത്തന്നെ ലോഹിതദാസിന് ഇഷ്ടമായി. നായികയായ മഞ്ജുവാര്യരെ നോക്കി ഒരു പാട്ടുപാടാൻ പറഞ്ഞു. 'തങ്കഭസ്മക്കുറിയിട്ട' എന്നുള്ള പാട്ട് രണ്ടും കൽപിച്ച് മണി പാടി. അതോടെ മലയാള സിനിമയിൽ മണി തന്റെ സ്ഥാനം ഉറപ്പിച്ചു. ഒരു തമാശക്കാരന്റേയും വില്ലന്റേയും പാട്ടുകാരന്റേയും അഭിനയസാധ്യത അതിലെ കഥാപാത്രത്തിനുണ്ടായിരുന്നു. തുടക്കത്തിൽ സഹനടനായി ശ്രദ്ധ നേടിയ ശേഷം പിന്നീട് നായകവേഷങ്ങളിലേക്ക് ചേക്കേറുകയായിരുന്നു. ദില്ലിവാല രാജകുമാരനിൽ ജയറാമിനൊപ്പം സന്തതസഹചാരിയായ സഹനടനിലേക്ക് മണിയെത്തി. കല്യാണസൗഗന്ധികത്തിൽ നായികയെ സ്വന്തമാക്കാനെത്തിയ പ്രവാസിയായി മണി ചിരിപ്പിച്ചു. ആക്ഷൻ ചിത്രമായ 'ആറാംതമ്പുരാനി'ലും മണിയുടെ കഥാപാത്രം തിളങ്ങി. ദി കാർ, സമ്മർ ഇൻ ബെത്‌ലഹേം, കൊട്ടാരം വീട്ടിലെ അപ്പൂട്ടൻ, ആകാശഗംഗ വരെ തീർത്തും ഹാസ്യത്തിൽ ഊന്നിയ വേഷങ്ങളാണ് മണി ചെയ്തത്. സിനിമാജീവിതത്തിലെ കലാഭവൻ മണിയുടെ ആദ്യഘട്ടമായി ഇതിനെ കാണാം. പിന്നീട് നായകനായും വില്ലനായും സഹനടനായും ഗായകനായും മലയാളത്തിൽ അദ്ദേഹം തിളങ്ങി.

വ്യത്യസ്തവും വെല്ലുവിളികൾ ഉയർത്തുന്നതുമായ വേഷങ്ങൾ ചെയ്യുന്നതിലും തന്റെ കഴിവ് തെളിയിച്ചു. വിനയൻ സംവിധാനം ചെയ്ത 'വാസന്തിയും ലക്ഷ്മിയും പിന്നെ ഞാനും' മണിയുടെ അഭിനയ ജീവിതം പൊളിച്ചെഴുതുന്നതായിരുന്നു. അതിലെ രാമു എന്ന അന്ധഗായകനായ കഥാപാത്രം ഏറെ ശ്രദ്ധിക്കപ്പെട്ടു. ദേശീയതലത്തിലും സംസ്ഥാനതലത്തിലും അഭിനയമികവിനുള്ള പ്രത്യേക ജൂറി പാരാമർശം നേടിക്കൊടുത്ത ചിത്രമായിരുന്നു അത്. ചിരിമാത്രം അതുവരെ സമ്മാനിച്ച ഒരു നടൻ ഒരൊറ്റ ദിവസം കൊണ്ട് മലയാള സിനിമാപ്രേക്ഷകരെ ഒന്നടങ്കം കരയിപ്പിച്ചു. 'വല്യേട്ട'നിലെ കാട്ടിപ്പള്ളി പപ്പൻ മണിയിലെ വില്ലന് പുതുഭാവങ്ങൾ നല്കി. കരുമാടിക്കുട്ടനും അഭിനയമികവിൽ പ്രശംസ പിടിച്ചുപറ്റി. ആമേനിലെ ലൂയി പാപ്പൻ പ്രേക്ഷക ശ്രദ്ധ പിടിച്ചുപറ്റി. അനന്തഭദ്രത്തിലെ ചെമ്പൻ എന്ന കഥാപാത്രം മണിയുടെ മികച്ച പത്ത് വേഷങ്ങളിൽ ഒന്നാണ്. 'ദി ഗാർഡ്', ആകാശത്തിലെ പറവകൾ, വാൽക്കണ്ണാടി എന്നീ ചിത്രങ്ങളിലും നായകനായി ശ്രദ്ധിക്കപ്പെട്ട പ്രകടനം നടത്തി. ദി ഗാർഡ് എന്ന ചിത്രത്തിൽ മണി മാത്രമാണ് അഭിനയിച്ചിട്ടുള്ളത്. ആദ്യ കാലങ്ങളിൽ സ്വന്തം സിനിമയുടെ പോസ്റ്റർ ഒട്ടിക്കാൻ വരെ പോയിട്ടുണ്ട്. പിന്നീട് കലാഭവൻ മണിക്കുവേണ്ടി മാത്രമായി മലയാള സിനിമകളിൽ കഥകൾ ഉണ്ടായി. തന്നെ തേടിവന്ന വേഷങ്ങൾ അതിന്റെ വലുപ്പച്ചെറുപ്പം നോക്കാതെ ഏറ്റെടുത്ത് അദ്ദേഹം അഭിനയിച്ച് പ്രതിഫലിപ്പിച്ചു. എബ്രഹാം ലിങ്കൻ, ആണ്ടവൻ, റെഡ് സല്യൂട്ട് തുടങ്ങി നായകനായെത്തിയ ചിത്രങ്ങൾ വിജയം കാണാതെ വന്നു. ചെറിയ ഇടവേളയ്ക്കു ശേഷം ഛോട്ടാ മുംബൈയിലെ നടേശൻ എന്ന പോലീസ് വേഷത്തിലൂടെ മണി ശക്തമായി തിരിച്ചുവന്നു. മീൻ വിൽപ്പനക്കാരൻ, ഓട്ടോഡ്രൈവർ, കള്ളുചെത്തുകാരൻ തുടങ്ങി സാധാരണക്കാരന്റെ ജീവിതവുമായി ബന്ധപ്പെട്ട നിരവധി വേഷങ്ങളും കഥാപാത്രങ്ങളും മണിക്ക് നന്നായി ഇണങ്ങുകയും അവ അഭിനയിച്ച് പ്രതിഫലിപ്പിക്കുകയും ചെയ്തു. മലയാള സിനിമയിൽ അവസരം കുറഞ്ഞ സമയത്ത് അന്യഭാഷാചിത്രങ്ങളിൽ കാര്യമായി ശ്രദ്ധിക്കുകയും തിളങ്ങുകയും ചെയ്തു. അപ്പോഴും നാടൻപാട്ടുകളുമായും സ്റ്റേജ് ഷോകളുമായി മലയാളികളുമായുള്ള അടുപ്പവും ജനസമ്മതിയും അദ്ദേഹം നിലനിർത്തി. താൻ അഭിനയിച്ച പല കഥാപാത്രങ്ങളും അവാർഡിന് അർഹമാണെങ്കിലും അത് അവഗണിക്കപ്പെട്ടതിൽ മണിക്ക് നിരാശയുണ്ടായിരുന്നു. എന്നാൽ അവാർഡിന്റെ വിലയെപ്പറ്റി നന്നായി അറിയാമായിരുന്നതുകൊണ്ട് അതി

നോട് പ്രത്യക്ഷമായ കലഹം നടത്തിയില്ല. ഹാസ്യത്തിൽ നിന്ന് ആക്ഷ നിലേക്കുള്ള മാറ്റം മറ്റ് ഭാഷകളിലും അവസരങ്ങൾ ലഭിക്കുന്നതിന് ഇട യാക്കി. തമിഴ്, തെലുങ്ക്, കന്നട മുതലായ അന്യഭാഷ ചിത്രങ്ങളിലും ചെറുതും വലുതുമായ വേഷങ്ങൾ ചെയ്യാൻ അവസരം ലഭിച്ചു. 'വാസ ന്തിയും ലക്ഷ്മിയും പിന്നെ ഞാനും' എന്ന ചിത്രത്തിന് ലഭിച്ച കേരള സംസ്ഥാന ചലച്ചിത്ര പുരസ്കാരം, തമിഴ് ചിത്രമായ 'ജെമിനി'ക്ക് ലഭിച്ച ഫിലിം ഫെയർ അവാർഡ്, ഏഷ്യാനെറ്റ് ഫിലിം അവാർഡ്, വനിത-ചന്ദ്രിക അവാർഡ്, ഭരത് ഗോപി ഫൗണ്ടേഷൻ പുരസ്കാരം എന്നിവ മണിയുടെ അഭിനയ പ്രതിഭയ്ക്കുള്ള അംഗീകാരമാണ്. 220-നടുത്ത് മലയാള സിനിമ കളിൽ മണി അഭിനയിച്ചിട്ടുണ്ട്. കാട്ടിലെ മാനിന്റെ തോലുകൊണ്ടുണ്ടാക്കി (വാസന്തിയും ലക്ഷ്മിയും പിന്നെ ഞാനും), കുട്ടനാടൻ കായലിലെ (കാ ഴ്ച), കൈകൊട്ടുപെണ്ണേ (കരുമാടിക്കുട്ടൻ) മലമലല്ലൂയ (അനന്തഭദ്രം), തങ്കക്കരിമ്പിന്റെ (പായുംപുലി), ഏനിന്നലേ ചൊപ്പനം കണ്ടപ്പം ചൊപ്പനം കണ്ടേ (ബാംബു ബോയ്സ്) ഞാലിപ്പൂരയ്ക്കലൈ (സമ്മാനം), മിന്നാമി നുങ്ങേ (കബഡി കബഡി), വരുത്തന്റൊപ്പം (ആകാശത്തിലെ പറവകൾ), വളകിലുക്കണെ (കൺമഷി), തുടങ്ങി ഇരുപത്തഞ്ചോളം സിനിമാപാട്ടുകൾ പാടിയിട്ടുണ്ട്. ഗിരീഷ് പുത്തഞ്ചേരി, യൂസഫലി കേച്ചേരി, കൈതപ്രം, എസ്. രമേശൻനായർ, ബിച്ചുതിരുമല എന്നിവരുടെ രചനകളിലും ജി. ദേവ രാജൻ, മോഹൻ സിതാര, എം. ജയചന്ദ്രൻ, എം.ജി. രാധാകൃഷ്ണൻ എന്നി വരുടെ സംഗീതത്തിലും പാടാൻ അവസരം ലഭിച്ചു. 30-ഓളം തമിഴ് സിനി മകളിൽ അഭിനയിച്ചിട്ടുണ്ട്. തമിഴിൽ ഡബ്ബ് ചെയ്തതും മണിയാണ്. ചാല ക്കുടിയിലെ 'അക്കരെ' തിയേറ്ററിൽ ചെറുപ്പത്തിൽ തമിഴ് സിനിമ കണ്ടത് അതിന് ഉപകാരപ്പെട്ടതായി മണി പറഞ്ഞിട്ടുണ്ട്. തമിഴിൽ മണിയെ എത്തി ച്ചത് മമ്മൂട്ടിയായിരുന്നു. മമ്മൂട്ടി നായകനായ 'മറുമലർച്ചി' എന്ന ചിത്ര ത്തിലൂടെയായിരുന്നു അരങ്ങേറ്റം. ഭാഷ വഴങ്ങില്ലെന്ന് പറഞ്ഞ് തമിഴ് സിനി മയിൽ നിന്ന് പിന്മാറാൻ ശ്രമിച്ചെങ്കിലും മമ്മൂട്ടിയുടെ നിർബന്ധമാണ് മണിയെ തമിഴ് നടനാക്കിയത്. കേരളത്തിൽ നിന്ന് തമിഴ് സിനിമ കണ്ടെ ത്തിയ ശക്തനായ വില്ലനായിരുന്നു മണി. ജെമിനിയിലൂടെ തമിഴ് സിനിമാലോകത്ത് വ്യത്യസ്തനായ വില്ലനായി മണി മാറി. ബ്രഹ്മാണ്ഡ ചിത്രങ്ങളുടെ സംവിധായകനായ ശങ്കർ സിനിമകളിലെ സ്ഥിരം സാന്നി ദ്ധ്യമായി. യന്തിരനിൽ ഇന്ത്യയിൽ ഏറ്റവുമധികം താരമൂല്യമുള്ള രജനി കാന്തിന്റെയും ഐശ്വര്യാറായിയുടെയും കൂടെ അഭിനയിച്ചു. രജനികാന്തി

നെപ്പോലൊരു വ്യക്തിയായിരുന്നു മണി എന്നുവേണമെങ്കിൽ പറയാം. ഒട്ടേറെ ബുദ്ധിമുട്ടുകൾ താണ്ടി സിനിമയിലെത്തി കഴിവു തെളിയിച്ചവരാണല്ലോ രണ്ടുപേരും. തെലുങ്കിൽ അഞ്ച് സിനിമയിലും കന്നടയിൽ മൂന്ന് സിനിമയിലും അഭിനയിച്ചു. ദക്ഷിണേന്ത്യൻ സിനിമകളിലെല്ലാം മണി സ്പർശം ഉണ്ടായി എന്ന് ചുരുക്കം. ഹാസ്യം അവതരിപ്പിക്കുകയെന്നത് ഏറ്റവും ബുദ്ധിമുട്ടേറിയ കാര്യമാണ്. ഹാസ്യത്തിലും വില്ലൻ വേഷത്തിലും ജീവിതഗന്ധിയായ മറ്റു കഥാപാത്രങ്ങളിലും വ്യക്തിമുദ്രപതിപ്പിച്ചാണ് മണി കടന്നുപോയത്. "സിനിമയിൽ കരയാൻ താൻ ഗ്ലിസറിൻ ഉപയോഗിക്കാറില്ല. അതിന് ജീവിതത്തിലുണ്ടായ ഏതെങ്കിലും ഒരു കാര്യം ഓർത്താൽ മതി. അത് ഇഷ്ടം പോലെ ഷോകേയ്സിൽ ഇരിപ്പുണ്ട്. മലയാളസിനിമയിൽ എപ്പോഴും ഒരു അച്ചാറായി ഇരിക്കാനാണ് താൻ ഇഷ്ടപ്പെടുന്നത്. ഇടയ്ക്കെപ്പോഴെങ്കിലുമൊക്കെ തൊട്ടുകൂട്ടുന്നതുപോലെ സിനിമയിൽ തുടരണമെന്നാണ് ആഗ്രഹം" എന്ന് ഒരു അഭിമുഖത്തിൽ മണി പറഞ്ഞിട്ടുണ്ട്. തന്റെ കൺമുമ്പിലുള്ള സാധാരണക്കാരെ കഥാപാത്രങ്ങളുടെ പൂർണതയ്ക്കായി മണി ഉപയോഗിക്കുകയും അവരെ പകർത്തുകയും ചെയ്തു. സിനിമയിൽ പ്രശസ്തിയും നിലയും കൈവന്നപ്പോഴും നാടും നാട്ടുകാരും നാടൻപാട്ടും മനസ്സിൽ കൊണ്ടുനടക്കാൻ മണിക്കായി. ചാലക്കുടിപ്പുഴയിലെ വള്ളംകുത്തുകാരനായിരുന്നപ്പോഴും 2009-ലെ നെഹ്റു ട്രോഫി വള്ളംകളിയിൽ കാരിച്ചാൽ ചുണ്ടന്റെ അമരക്കാരനായിരുന്നപ്പോഴും ആ സൗമനസ്യം നിലനിർത്താൻ മണിക്ക് കഴിഞ്ഞു. മണിയുടേത് മിശ്രവിവാഹമായിരുന്നു. അങ്ങനെയായിരിക്കണമെന്ന് മണിക്ക് ആഗ്രഹമുണ്ടായിരുന്നു. ജീവിതത്തിൽ ഇതുവരെ തന്നെ ആരും പ്രേമിച്ചിട്ടില്ലായെന്ന് സത്യസന്ധമായി പറയുമ്പോൾ തന്നെ 37 വയസ്സുള്ള സ്വന്തം ടീച്ചർക്ക് പ്രേമലേഖനം കൊടുത്തവനാണ് താൻ എന്ന് മണി ചിരിച്ചുകൊണ്ട് പറയും. ഏക മകളായ ശ്രീലക്ഷ്മി ജനിച്ചതിനുശേഷമാണ് സിനിമയിൽ തന്റെ ഭാഗ്യം ഉദിച്ചതെന്ന് മണി വിശ്വസിക്കുന്നു. ശ്രീലക്ഷ്മിയുടെ പത്താം ക്ലാസ് പരീക്ഷ നടക്കുന്ന സമയത്താണ് മണി മരിക്കുന്നത്. "അച്ഛൻ നല്ല പടം വരയ്ക്കുന്ന ആളാണ് അധികം പേർക്കും അക്കാര്യം അറിയില്ല. തനിക്ക് ഒരുപാട് പടങ്ങൾ വരച്ചു തന്നിട്ടുണ്ട്." അച്ഛനെപ്പറ്റിയുള്ള ശ്രീലക്ഷ്മിയുടെ ഓർമ്മകൾ വേദനിപ്പിക്കുന്നതാണ്.

ചലച്ചിത്രരംഗത്തും സ്റ്റേജ് ഷോകളിലും സജീവമായി നില്ക്കുമ്പോഴാണ് 2016 മാർച്ച് 6-ന് 45-ാം വയസ്സിൽ മണി മരണത്തിന് കീഴടങ്ങിയത്.

കരൾ സംബന്ധമായ രോഗത്തിന് ചികിത്സയിലായിരിക്കെയായിരുന്നു മരണം. മരണത്തെപ്പറ്റി പല അഭ്യൂഹങ്ങളും ഉണ്ടായി. മലയാളികളെയാകെ വേദനിപ്പിച്ച ഒന്നായിരുന്നു മണിയുടെ മരണം. ഭൗതിക ശരീരം പൂർണ്ണ ഔദ്യോഗിക ബഹുമതികളോടെ ചാലക്കുടിയിൽ മണിയുടെ വീടായ മണിക്കൂടാരത്തിൽ സംസ്കരിച്ചു. അന്ന് ചാലക്കുടിയിൽ ഹർത്താൽ ആചരിച്ചു. ഹ്രസ്വമായ കാലയളവിലെ മണിയുടെ പ്രതിഭയെ കേരളീയർക്ക് ആസ്വദിക്കാനായുള്ളൂ എങ്കിലും മണി അവശേഷിപ്പിച്ച ചിത്രങ്ങളും പാട്ടുകളും അദ്ദേഹത്തിന്റെ സ്മരണകൾ ഇപ്പോഴും കൊണ്ടാടുന്നു. ഒരനുസ്മരണ വേളയിൽ മമ്മൂട്ടി പറഞ്ഞ വാക്കുകൾ അന്വർത്ഥമാണ്. "മണിയുടെ സദ്പ്രവൃത്തികളും മണിയുടെ അഭിനയ പ്രകടനവും കഥാപാത്രങ്ങളുമായിരിക്കും മണിക്കുള്ള ഏറ്റവും വലിയ സ്മാരകങ്ങൾ. സിനിമ ഉള്ളിടത്തോളം കാലം, കാലാകാലങ്ങളോളം, തലമുറ തലമുറകൾ മണിയെന്ന നടൻ പകർന്നുവച്ചിട്ടുള്ള അദ്ദേഹത്തിന്റെ അഭിനയ പാടവം കണ്ട് അത്ഭുതം കൂറട്ടെ". മലയാള സിനിമയിലും മലയാളികളുടെയിടയിലും പൊട്ടിച്ചിരിയുടെ രൂപത്തിൽ മണിനാദം മുഴങ്ങുന്നു.

●

ചാലക്കുടി എന്ന ജീവിത ലൊക്കേഷൻ

മലയാള സിനിമയിലെ സുപ്രധാന സ്ഥാനമുള്ള ഒരു ജനപ്രിയതാരമായിരിക്കുമ്പോൾ തന്നെ മറ്റു സിനിമാ താരങ്ങളിൽ നിന്ന് വ്യത്യസ്തമായി സിനിമയ്ക്ക് പുറത്ത് നിന്ന് ജനസ്വാധീനവും സാന്നിദ്ധ്യവും മണിക്കുണ്ടായിരുന്നു. നാടൻപാട്ട്, മിമിക്രി, സ്റ്റേജ് ഷോകളിൽ അടിച്ചുപൊളിക്കുന്ന സാന്നിദ്ധ്യമായിരുന്ന മണി മലയാളികളുടെ ശരീരത്തെയും മനസ്സിനെയും ഉലച്ചുകൊണ്ടിരുന്നു. ജനങ്ങൾക്ക് പല രീതിയിൽ സഹായങ്ങൾ നല്കുക, പൊതു ആഘോഷപരിപാടികൾ സംഘടിപ്പിക്കുക, സാമൂഹിക വിഷയങ്ങളിൽ ഇടപെടുക തുടങ്ങി മറ്റ് താരങ്ങൾക്ക് പറ്റാത്ത രീതിയിൽ കേരളത്തിലെ പൊതു സാന്നിദ്ധ്യവും താരവുമാകാൻ അദ്ദേഹത്തിനായി. അതുകൊണ്ട് തന്നെ സിനിമാനടനായ കലാഭവൻ മണിയെയും സിനിമയ്ക്ക് പുറത്ത് ചാലക്കുടിക്കാരനായ മണിയെയും തമ്മിൽ വേർതിരിക്കാൻ കഴിയാത്ത നിലയിൽ ജനങ്ങൾക്ക് പ്രിയമായിരുന്നു. ദാരിദ്ര്യം, ചിരി, കോമഡി, മിമിക്രി, നാടൻപാട്ട്, അഭിനയം, സ്റ്റേജ് പെർഫോർമൻസ് എന്നിവയെല്ലാം ചേർന്നതായിരുന്നു അദ്ദേഹത്തിന്റെ ജീവിതം. അഭിനയപ്രതിഭ എന്ന നിലയിൽ സിനിമയ്ക്കുള്ളിൽ നില്ക്കുമ്പോഴും സിനിമ മണിക്ക് മറ്റ് പലതുമായിരുന്നു. ഓട്ടോ ഡ്രൈവർ, മിമിക്രി ആർട്ടിസ്റ്റ്, എന്നിവയിലൂടെയുള്ള ജീവിതപരിസരത്തെ സിനിമയിലൂടെ അടിമുടി മണി മാറ്റിത്തീർത്തു. എന്നാൽ കഴിഞ്ഞ കാലത്തെ മണി മറക്കുന്നുമില്ല. സിനിമയിൽ വന്നതിനു ശേഷം തന്റെ അച്ഛൻ പണിചെയ്തിരുന്ന, അച്ഛന്റെ വിയർപ്പ് വീണ പറമ്പ് സ്വന്തമാക്കി അതിൽ ഏറുമാടം കെട്ടി 'പാടി' എന്ന പേരിട്ടത് സിനിമയിലൂടെ തന്റെ ജീവിതത്തെ സ്വയം തിരിച്ചുപിടിക്കുന്നതിനാണ്. ഇന്നലെകൾ അയാളിൽ നിറഞ്ഞുനിന്നിരുന്നതു കൊണ്ടാണ്. ചാല

ക്കുടിപ്പുഴയും നാടും നാട്ടുകാരുമെല്ലാം മണി എന്ന വ്യക്തിയും സ്വത്വവുമായിരുന്നു. അതുകൊണ്ട് തന്നെയാണ് എവിടേയ്ക്ക് വേണമെങ്കിലും താമസം മാറാനുള്ള അവസരം ഉണ്ടായിട്ടും സ്വന്തം നാട് എന്ന നൊസ്റ്റാൾജിയ കൈവിടാതെ നിറുത്തിയത്. ഓട്ടോ ഓടിച്ചിരുന്ന ചാലക്കുടിയിലെ സൗത്ത് ജംഗ്ഷനിൽ ഓട്ടോക്കാരനായിരുന്നപ്പോൾ നിസ്സഹായതയോടെ നിൽക്കേണ്ടി വന്ന പോലീസ് സ്റ്റേഷനും ഏത് പ്രശ്നം വന്നാലും അഭയം തേടിയിരുന്ന ചാലക്കുടിയിലെ പാർട്ടിക്കാരെയും ഒന്നും ഒരിക്കലും അയാൾ മറന്നിരുന്നില്ല. മരിക്കുന്നതു വരെ 'ചാലക്കുടിക്കാരൻ ചങ്ങാതി' എന്ന ഓട്ടോ മണി നിധിപോലെ സൂക്ഷിച്ചിരുന്നു. ഒഴിവു സമയങ്ങളിൽ അത് ചാലക്കുടിയിലൂടെ പഴയകാല ഓർമകളേയും കൂട്ടി ഓടിക്കുന്നത് ശീലമായിരുന്നു. പോലീസ് സ്റ്റേഷൻ രണ്ടാംനില പണിതു നൽകിയപ്പോൾ ഉദ്ഘാടനവേളയിൽ ഓട്ടോക്കാർക്ക് ഇനിയെങ്കിലും നല്ല സ്വീകരണം നൽകണമെന്ന് പറയാൻ അയാൾ മടിക്കാത്തതിന്റെ കാരണം ഓർമ്മകൾ ഉണ്ടായിരുന്നതുകൊണ്ടാണ്. കലാഭവനിൽ വരുന്നതിനു മുൻപ് 'ചാലക്കുടി മണി' എന്നായിരുന്നു മണി അറിയപ്പെട്ടിരുന്നത്. മറ്റൊരു നടനും തന്റേ ദേശവു

വിവാഹവേളയിൽ

ഭാര്യയും മകളുമൊപ്പം

മായി ഇത്രയധികം ആത്മബന്ധം നിലനിർത്തിയിട്ടുണ്ടോ എന്ന് സംശയമാണ്. കള്ളിമുണ്ടും ഉടുത്ത് ചാലക്കുടി സൗത്ത് ജംഗ്ഷനിൽ നിൽക്കുന്ന മണിയെ കണ്ട് തമിഴ്നാട്ടിൽ നിന്നും ആന്ധ്രയിൽ നിന്നുമുള്ള വിനോദസഞ്ചാരികളും അയ്യപ്പഭക്തരും അമ്പരന്ന് നിന്നിട്ടുണ്ട്. ദക്ഷിണേന്ത്യ മുഴുവൻ അറിയപ്പെടുന്ന കാലത്തും മണിക്ക് മാറ്റമുണ്ടായില്ല. അയാൾ പലപ്പോഴും അവിടങ്ങളിലെല്ലാം ഒരു സാധാരണക്കാരനെപ്പോലെ ചുറ്റിത്തിരിഞ്ഞു. അവിടെ അയാൾ അപരിചിതനായിരിക്കാൻ ഇഷ്ടപ്പെട്ടില്ല. കൂളിംഗ് സ്റ്റിക്കർ പതിച്ച കാറുകളിൽ നടന്നില്ല. മുണ്ടും മടക്കിക്കുത്തി സ്വന്തം നാട്ടുവഴികളിലൂടെ അധികാരത്തോടെ അയാൾ നടന്നു. മുന്നിൽ കണ്ട പരിചിതരെയെല്ലാം പേരെടുത്ത് വിളിച്ചു. ചിലപ്പോൾ കെട്ടിപ്പിടിച്ചു. ചാലക്കുടി തന്നെ ഒരു സിനിമാ ലൊക്കേഷനോ വെള്ളിത്തിരയോ ആയി അദ്ദേഹത്തിന്റെ ജീവിതത്തിൽ മാറി. ജീവിതയാത്രയിലെ പ്രേരകഘടകങ്ങളായിരുന്നു ചാലക്കുടിയും അവിടുത്തെ നാട്ടുകാരും. മറ്റ് താരങ്ങൾക്ക് കഴിയാത്ത രീതിയിൽ എത്തിച്ചേരാനാകാത്ത നിലയിൽ നാട്ടുകാരുടെ താരമാകുവാൻ മണിക്ക് കഴിഞ്ഞതാണ് അദ്ദേഹത്തിന്റെ വിജയം. കേരളത്തിലെ കൊച്ചുഗ്രാമത്തിൽ ദാരിദ്ര്യത്തിൽ വളർന്ന വെറുമൊരു ഓട്ടോ ഡ്രൈവറാ

യിരുന്ന മണി എന്ന കലാഭവൻ മണി വളർന്ന് പന്തലിച്ച് ദേശീയ പുരസ്കാരത്തിനടുത്ത് എത്തിയത്, ചെയ്യുന്ന ജോലിയോടുള്ള ആത്മാർത്ഥതയും കലയെ നെഞ്ചിലേറ്റി താൻ വന്ന വഴി മറക്കാത്തതും കൊണ്ടായിരുന്നു. ദാരിദ്ര്യം കണ്ടും അനുഭവിച്ചും വളർന്ന മണിക്ക് അത് ജീവിത വിജയത്തിനുള്ള പ്രചോദനമായിത്തീർന്നു. മണി തന്നെ പറഞ്ഞിട്ടുണ്ട്: അഞ്ചുസെന്റിലെ ചാണകം മെഴുകിയ ഓലപ്പുരവിടവിലൂടെ ചന്നം ചിന്നം വീഴുന്ന മഴത്തുള്ളികളെ ശേഖരിക്കാൻ ചില സമയത്ത് വീട്ടിലെ പാത്രങ്ങൾ തികയാറില്ലായിരുന്നു എന്ന്. ദാരിദ്ര്യം കൊണ്ട് മണി അഭ്യസിച്ച വിദ്യകൾ ഒരുപാടുണ്ട്. ദാരിദ്ര്യം എന്ന അവസ്ഥയെപ്പറ്റിയും തന്റെ പൂർവ്വകാല കഷ്ടതകളെപ്പറ്റിയും അദ്ദേഹം യാതൊരു മറയും കൂടാതെ വെളിപ്പെടുത്തുമായിരുന്നു. തന്റെ ദാരിദ്ര്യത്തെപ്പറ്റി മണി പറയുന്നത് വേദനാജനകമാണ്. "എന്റെ അച്ഛൻ പണിചെയ്തിരുന്നത് വയലിൽ മേനോൻ എന്ന് പറയുന്ന ഒരാളുടെ അടുത്താണ്. വൈകിട്ട് പണി കഴിഞ്ഞ് വരുന്ന സമയത്ത് ഒരു പാളയുടെ രണ്ടു വശവും കെട്ടി അതിൽ നിറച്ചും മാങ്ങാ എടുത്തുകൊണ്ടുവരും. ഷർട്ടിടാതെ ഒറ്റമുണ്ടുടുത്ത് തോളിൽ തോർത്തുമിട്ട് നടന്നുവരുന്ന അച്ഛനെ ഇന്നും ഞാനോർക്കുന്നു. എന്റെ കല്യാണത്തിനാണ് അച്ഛൻ ആദ്യമായി ഷർട്ടിടുന്നത്. കാരണം പഴയകാലത്ത് അങ്ങനെ ഷർട്ട് ഇട്ട് നടക്കുന്ന ശീലമില്ലായിരുന്നു. ഷർട്ട് വാങ്ങാനുള്ള പാങ്ങും ഇല്ലായിരുന്നു എന്നു പറയാം." കുട്ടിക്കാലത്ത് വീട്ടിലെ സാഹചര്യങ്ങളിൽ കിട്ടാവുന്ന ഏറ്റവും മികച്ച ഹെൽത്ത് ഫുഡ് ആയിരുന്നു പഴങ്കഞ്ഞിയെന്നു

സഹോദരനൊപ്പം

മണി അഭിമാനത്തോടെ ഓർത്തിരുന്നു. പപ്പായ, എണ്ണ ചേർക്കാതെ മുളകിട്ടു വിളയിച്ചു കൂട്ടി കുടിച്ചിരുന്ന കഞ്ഞിയാണ് പത്തുപേരടങ്ങുന്ന വലിയ കുടുംബത്തെ നിലനിർത്തിയത്. തിരക്കുള്ള ചലച്ചിത്രതാരമായി മാറിയിട്ടും ആ ശീലങ്ങൾ മണി മാറ്റിയിരുന്നില്ല. ദാരിദ്ര്യത്തിന്റെ മറ്റൊരു തീവ്രമുഖം മണി അനുഭവിച്ചിട്ടുണ്ട്. അച്ചൻ കൂലിവേലയ്ക്കു പോകുമ്പോൾ അകന്ന വീട്ടിൽ അടുക്കളപ്പണിയിൽ സഹായിക്കാനായി അമ്മയും പോവാറുണ്ടായിരുന്നു. അവിടുത്തെ കുട്ടികളുടെ വല്ലപ്പോഴും കിട്ടുന്ന പഴയ ട്രൗസറും ഷർട്ടുമായിരുന്നു മണിയുടെ പുതുവസ്ത്രം. മണിയുടെ ചേച്ചിമാർക്കും പഴയവസ്ത്രങ്ങൾ തന്നെയായിരുന്നു. പുത്തൻ നിക്കറും ഷർട്ടുമിട്ട് സന്തോഷത്തോടെ ക്ലാസ്സിലേക്ക് കയറിയാൽ ഉടുപ്പിന്റെ യഥാർത്ഥ അവകാശി അവിടെ ഉണ്ടാകും. മറ്റ് കുട്ടികളുടെ മുമ്പിൽ വച്ച് തന്റെ വസ്ത്രമാണെന്നും കീറിയതുകൊണ്ട് അത് കൊടുത്തതാണെന്ന് പറയുമ്പോൾ മണിയുടെ സന്തോഷം അതോടെ അവസാനിക്കും. സ്കൂളിൽ നിന്ന് വീടെത്തിയാൽ ട്രൗസറും ഷർട്ടും കഴുകി അടുക്കളയിലെ അടുപ്പിന്റെ മുകളിൽ തൂക്കും. കഞ്ഞിവയ്ക്കുമ്പോൾ ഉണ്ടാകുന്ന ചൂടിൽ വസ്ത്രമുണങ്ങാനുള്ള മണിയുടെ വിദ്യയായിരുന്നു അത്. വിലകൂടിയ വസ്ത്രങ്ങൾക്കുവേണ്ടി നിർബന്ധം പിടിക്കുന്ന പുതിയ തലമുറ മണിയുടെ ജീവിതം നോക്കികാണേണ്ടതുണ്ട്. ഒരു ഉടുപ്പ് പോലും ഉടുക്കാനില്ലാത്ത ബാല്യകാലത്തു നിന്നും വളർന്നപ്പോൾ ഒരു ചുരിദാറിന് 25 രൂപ കമ്മീഷനിൽ ചാലക്കുടിയിലെ കടകളിലും വീടുകളിലും കയറി ചുരിദാർ വിറ്റിരുന്ന അവസ്ഥയിൽ നിന്നും

പിന്നീട് മകൾ ശ്രീലക്ഷ്മിയുടെ പേരിൽ ചാലക്കുടിയിൽ തുടങ്ങിയ വലിയൊരു ടെക്സ്റ്റൈൽസിന്റെ ഉടമയായി മണി മാറിയത് അദ്ദേഹത്തിന്റെ ജീവിതത്തിലെ മറ്റൊരു തമാശയായി തോന്നാം. ആകെയുള്ള 15 സെന്റിലെ ഓരോ സെന്റും 3500 രൂപയ്ക്ക് വിറ്റ് പെൺമക്കളുടെ കല്യാണം നടത്തിയ അച്ഛന്റെ മുഖം മണിക്ക് വിങ്ങുന്ന ഓർമ്മയായിരുന്നു. സ്കൂൾ ഫീസ് അടയ്ക്കുന്നതിനായി 5 രൂപയ്ക്കുവേണ്ടി അച്ഛന്റെ പണിസ്ഥലത്ത് മണി കാത്തു നിന്നിട്ടുണ്ട്. "വൈകുന്നേരം പണി കഴിയുമ്പോൾ നിന്റച്ഛന് കൂലിയായി 5 രൂപ നൽകും. ഇപ്പോൾ ഇവിടുന്ന് പൊയ്ക്കോണം" എന്നുള്ള ഭൂവുടമയുടെ ശകാരം ഒരുപാട് തവണ മണി കേട്ടിട്ടുണ്ട്. സിനിമാജീവിതമാണ് മണിയെ അതിൽനിന്നെല്ലാം കരകയറ്റിയത്. അല്ലെങ്കിൽ സിനിമ മണിക്ക് ഒരു ജീവിതം കൊടുത്തു എന്നു വേണമെങ്കിൽ പറയാം. ഓട്ടോ ഓടിക്കുന്നത് കണ്ടാണ് അക്ഷരം എന്ന സിനിമയിൽ അവസരം ലഭിച്ചത്. അഭിമുഖങ്ങളിൽ ഇക്കാര്യം പറഞ്ഞിട്ടുണ്ട്. "സിബി മലയിൽ സാറാണ് അക്ഷരത്തിന്റെ സംവിധായകൻ. ആ സിനിമയിൽ അസോസിയേറ്റ് ഡയറക്ടറായി പ്രവർത്തിച്ചത് ചാലക്കുടിക്കാരനായ സുന്ദർദാസ് സാറായിരുന്നു. അഭിനയിപ്പിക്കാനായി പാലാരിവട്ടം ജംഗ്ഷനിലേക്ക് വിളിച്ചു. അവിടെ ചെന്നപ്പോൾ

ഓട്ടോറിക്ഷയുടെ പിൻസീറ്റിൽ സുരേഷ് ഗോപിച്ചേട്ടൻ. ഓട്ടോറിക്ഷാ ഡ്രൈവറാണോ? സുരേഷ് ഗോപിച്ചേട്ടൻ ചോദിച്ചു. അതെ, ഞാൻ പറഞ്ഞു. വണ്ടി സ്റ്റാർട്ടു ചെയ്യാൻ സിബി സാർ പറഞ്ഞു. ഞാൻ വണ്ടി സ്റ്റാർട്ടു ചെയ്യുമ്പോൾ കിക്കർ ഒടിഞ്ഞുകയ്യിലിരുന്നു. ആരാ ഇയാളെ വിളിച്ചത്? സിബി സാർ എവിടേക്കോ മാറുന്നതായി തോന്നി. 'പേടിക്കേണ്ട സാറെ. ഞാൻ ഈ വണ്ടി സ്റ്റാർട്ട് ചെയ്തോളം' ഞാൻ പറഞ്ഞു. ഒരാളെക്കൊണ്ട് വണ്ടി പിന്നിൽ നിന്ന് തള്ളി ഗിയറിട്ടശേഷം സ്റ്റാർട്ട് ചെയ്തു. സീൻ കഴിഞ്ഞ് 150 രൂപ വാങ്ങി ഞാൻ ചാലക്കുടിയിലേക്ക് പോയി. ആ പാവം സുന്ദർദാസ് സാറും ലോഹി സാറും കിരീടം ഉണ്ണി സാറും കാരണം ഞാൻ ഇന്ന് നിൽക്കുന്നത് മലയാളം, തമിഴ്, തെലുങ്ക്, കന്നട സിനിമകളിൽ. സിനിമയിൽ അവസരം ലഭിക്കാൻ കാത്തിരുന്ന മണിക്കുവേണ്ടി സിനിമയും കാത്തിരുന്നിട്ടുണ്ട്. 'യെന്തിരൻ' എന്ന സിനിമയിൽ മണിക്കൂറുകളോളം മണിയെ കാത്തിരുന്നാണ് ഷൂട്ടിംഗ് ചെയ്തത്. ആ സന്ദർഭം മണി ഓർക്കുന്നതിങ്ങനെ. "അതിൽ ചെത്തുകാരന്റെ വേഷമായിരുന്നു എനിക്ക്. ഹൈദ്രാബാദിലേക്ക് പോകാൻ നെടുമ്പാശ്ശേരി വിമാനത്താവളത്തിൽ ചെന്നപ്പോൾ ഫ്ളൈറ്റ്

പോയി. ശങ്കറിനെ വിളിച്ചു പറഞ്ഞു. സമയത്തിനെത്താൻ പറ്റില്ല. ആ വേഷം മറ്റാർക്കെങ്കിലും കൊടുത്തോളൂ. അപ്പോൾ തന്നെ ശങ്കർ പറഞ്ഞു. ആ വേഷം മറ്റാർക്കും കൊടുക്കാൻ പറ്റില്ല. കാരണം ആ വേഷം ചെയ്യാൻ ഞാൻ മനസ്സിൽ കണ്ടത് താങ്കളെയാണ്. അടുത്ത ഫ്ളൈറ്റ് എപ്പഴാ എന്നു വച്ചാൽ അതിൽ വന്നാൽ മതി. അടുത്ത ഫ്ളൈറ്റിൽ മണി എത്തിയപ്പോൾ ശങ്കർ പറഞ്ഞു 'താങ്കൾ പെട്ടെന്ന് മേക്കപ്പ് ഇട്ടു വരൂ'. മേക്കപ്പ് ഇട്ടു വന്ന മണി ശരിക്കും ഞെട്ടി. സൂപ്പർ താരങ്ങളായ രജനികാന്തും ഐശ്വര്യ റായിയും അവിടെ കാത്തു നിൽക്കുന്നു. അവരോടൊപ്പമുള്ള ഷോട്ടെടുത്ത ശേഷം ശങ്കറിന്റെ അടുത്ത് ചെന്നപ്പോഴാണ് കാര്യം മനസ്സിലായത്. അവർ അവിടെ ഇത്രയും നേരം തനിക്കായാണ് കാത്തിരുന്നതെന്ന്. ആ സംഭവം തനിക്ക് മറക്കാൻ പറ്റില്ല" എന്ന് മണി തന്റെ അഭിമുഖത്തിൽ പറഞ്ഞിട്ടുണ്ട്. നടനെന്ന നിലയിൽ അദ്ദേഹം അംഗീകരിക്കപ്പെട്ട സംഭവമാണത്. ജീവിതത്തിലെ വെല്ലുവിളികളെ തന്റെ മനോബലം കൊണ്ട് തകിടം മറിയാതെ നോക്കിയ ഇത്തരം സന്ദർഭങ്ങൾ മണിയുടെ ജീവിതത്തിലൊരുപാടുണ്ട്. അവ വിനയമായും നന്ദിയായും അനുഭവമായും മണിയിൽ കാണാം.

ആ കഴിഞ്ഞ കാലത്തെ മണി എന്നും സൂക്ഷിച്ചിരുന്നു. നാടൻ പാട്ട് പാടുമ്പോഴും അഭിമുഖങ്ങളിലും എല്ലാം അതെപ്പോഴും ഓർക്കുന്നത് ശീലമായിരുന്നു. അതെല്ലാം മറ്റ് പലരും ഒതുക്കാൻ ശ്രമിക്കുമ്പോൾ മണി അതിനെപ്പറ്റി ഉച്ചത്തിൽ സംസാരിച്ചു. അതുകൊണ്ട് തന്നെ താരപരിവേഷങ്ങൾ ഇല്ലാത്ത സിനിമാക്കാരനായി തനി നാടൻ മനുഷ്യനായി അദ്ദേഹം

ജീവിച്ചു. സഹജീവികളുടെ ദുഃഖം കേൾക്കുമ്പോൾ വിങ്ങിപ്പൊട്ടുന്ന മനസ്സുണ്ടായിരുന്നു മണിക്ക്. ചാനൽ പരിപാടികളിൽ അവതാരകന്റെയും ജഡ്ജിയുടെയും റോളുകളിൽ എത്തുമ്പോൾ അരങ്ങിൽ പരിപാടി അവതരിപ്പിക്കാൻ എത്തുന്നവരുടെ കഥകേട്ട് വിങ്ങിപ്പൊട്ടുന്നത് മലയാളികൾ കണ്ടിട്ടുള്ളതാണ്. പ്രശസ്തിയുടെ കൊടുമുടിയിൽ എത്തിയപ്പോഴും കോൺക്രീറ്റ് കൊട്ടാരത്തിലെ ശീതീകരിച്ച മുറിയിലിരുന്നില്ല, പകരം ജനിച്ചു വളർന്ന നാട്ടിലെത്തി ചെറുപ്പത്തിൽ തനിക്കൊപ്പം വളർന്നവർക്കും സഹപാഠികൾക്കുമൊപ്പം ചെലവഴിക്കാനായിരുന്നു മണി ശ്രമിച്ചിരുന്നത്. സിനിമയ്ക്ക് മുൻപുണ്ടായിരുന്ന സുഹൃത്തുക്കളെ സിനിമയിൽ സജീവമായിരുന്നപ്പോഴും മണി കൂടെക്കൂട്ടി. അക്കൂട്ടത്തിൽ ഉത്സവപ്പറമ്പിലെ കച്ചവടക്കാരും ആനപ്പാപ്പാന്മാരും ഉണ്ടായിരുന്നു. കുട്ടിക്കാലത്തെ കൂട്ടുകാരെ നല്ല കാലത്തു കൂടെനിർത്തി. പലപ്പോഴും സിനിമയുടെ ഷൂട്ടിംഗിന് പോകു

മ്പോൾ കൂട്ടുകാരും കൂടെയുണ്ടാകും. ഷൂട്ടിംഗ് തീരുന്ന ദിവസം അവരുമായി ചേർന്ന് വലിയ ആഘോഷമായിരിക്കും. കിസാൻ എന്ന സിനിമയിൽ ഒരു ഫുട്ബോൾ കളിക്കാരന്റെ വേഷമായിരുന്നു മണിക്ക്. അന്ന് സഹകളിക്കാരായി അഭിനയിപ്പിക്കാൻ കൊണ്ടുവന്നത് ചാലക്കുടിയിലെ കളിക്കാരെയാണ്. ഇതിൽ നിന്നെല്ലാം അദ്ദേഹം കാത്തുസൂക്ഷിച്ച സൗഹൃദത്തിന്റെ ഇഴയടുപ്പം എത്രത്തോളമുണ്ടെന്ന് ഊഹിക്കാം. തന്റെ താരപദവിക്ക് ചീത്തപ്പേരുണ്ടാക്കുമെന്നുപോലും ചിന്തിക്കാതെ സുഹൃത്തുക്കൾക്കായി ഏത് വിഷയത്തിലും മണി തലയിടുമായിരുന്നു. ചാലക്കുടിയിൽ അച്ഛന്റെ പേരിൽ സാംസ്കാരിക നിലയം സ്ഥാപിച്ചത് മണിക്ക് പേരെടുക്കാനായിരുന്നില്ല. തന്റെ നാടിനുവേണ്ടിയായിരുന്നു. അതിനെപ്പറ്റി അദ്ദേഹം പറയുന്നത്; "സ്കൂളിൽ പഠിക്കാൻ പോലും സാഹചര്യമില്ലാത്ത അവസ്ഥയിൽ നിന്നാണ് ഞാനൊക്കെ വളർന്നുവന്നത്. അതുപോലത്തെ കഷ്ടപ്പാട് നാട്ടിലെ കുട്ടികൾക്ക് ഉണ്ടാകാൻ പാടില്ല എന്നു തോന്നിയപ്പോഴാണ് അച്ഛന്റെ പേരിൽ ഒരു സാംസ്കാരിക നിലയം പണിയാൻ തീരുമാനിച്ചത്. എല്ലാത്തരം പുസ്തകങ്ങളും അതു വായിക്കാൻ വായനശാല, പി.എസ്.സി കോച്ചിംഗ് സെന്റർ, നൃത്ത-അഭിനയ പഠനകളരി, ട്യൂഷൻ സെന്റർ എല്ലാ സൗകര്യവും അതിലൊരുക്കിയിട്ടുണ്ട്." ഷൂട്ടിംഗിന്റെ ഇടവേളകളിൽ ചങ്ങാതിമാർക്കൊപ്പം ചാലക്കുടിപ്പുഴയിലും കരയിലുമായി കൂട്ടുകൂടി നടക്കുന്നതായിരുന്നു മണിയുടെ വിനോദം. ഓണക്കാലത്ത് വലിയ സദ്യയൊരുക്കിയും ആശുപത്രിയിൽ അന്നദാനം നടത്തിയും നാട്ടുകാർക്കായി അമ്യൂസ്മെന്റ് പാർക്ക് ഒരുക്കിയും മണി സിനിമക്കാർക്കിടയിൽ സിനിമാക്കാരനായും എല്ലായ്പ്പോഴും ചാലക്കുടിക്കാരനായും മാറി. എല്ലാറ്റിനുമുപരി സ്വന്തം നാടിനേയും നാട്ടുകാരേയും ഏറെ സ്നേഹിച്ച മനുഷ്യസ്നേഹിയായി അദ്ദേഹം ജീവിച്ചു. കഴിഞ്ഞ 15 വർഷമായി ക്രിസ്മസിന് ചാലക്കുടിയിലെ ചേരികളിലും കനാൽ പുറമ്പോക്കുകളിലും താമസിക്കുന്നവരുടെ 600 വീടുകളിലേക്ക് അരിയും ഇറച്ചിയും കേക്കും എത്തിച്ചുകൊടുത്തിരുന്നത് മണിയായിരുന്നു. ഇത് അതിഥികളെയും പത്രക്കാരെയും വിളിച്ചുകൂട്ടി നാലാളറിയെ നടത്തണമെന്ന് കൂട്ടുകാർ പറഞ്ഞപ്പോൾ മണിയുടെ മറുപടി ഇങ്ങനെയായിരുന്നു. "ഞാൻ പബ്ലിസിറ്റിക്കായല്ല ഇതു ചെയ്യുന്നത്. കുട്ടിക്കാലത്തു വിശന്നു പൊരിഞ്ഞ നാളുകളിൽ ക്രിസ്മസിന് ഇറച്ചിയും കേക്കും കഴിക്കാൻ ഒരുപാടു മോഹിച്ചിട്ടുണ്ട്. അന്നൊന്നും അതു

സാധിച്ചില്ല. അതിനു സാധിക്കാതെ പോകുന്നവരെ മറന്നാൽ പിന്നെ മണിയില്ല മക്കളേ...” ഇങ്ങനെ പുറം ലോകം അറിയാത്ത എത്ര അനുഭവങ്ങൾ ചാലക്കുടിക്കാർക്ക് പറയാനുണ്ട്. സ്വന്തം നാടായ ചേന്നത്തുനാട്ടിലെ പള്ളിപ്പെരുന്നാളും അയ്യപ്പൻവിളക്കും ക്രിസ്തുമസുമൊക്കെ കേരളം ശ്രദ്ധിക്കുന്ന ആഘോഷങ്ങളാക്കി മണി മാറ്റി. പുഴയിൽ തൂക്കിയ നക്ഷത്രവിളക്കുകളും 'പാടി'യിലെ ഓണവുമെല്ലാം പകർത്താനും ഒപ്പം കൂടാനുമൊക്കെ എത്രയോ വട്ടം സിനിമാമേഖലയിലെ പ്രശസ്തരും ചാനൽസംഘങ്ങളും അവിടേക്ക് എത്തിയിരിക്കുന്നു. മകളെ കെട്ടിച്ചുവിടാനും ചികിത്സാ സഹായത്തിനുമൊക്കെ ഒരു മടിയും കൂടാതെ ആളുകൾ മണിയുടെ വീടായ 'മണിക്കൂടാര'ത്തിലേക്ക് കയറിച്ചെന്നതിന്റെ കാരണം കയ്യിലുള്ളത് പങ്ക് വയ്ക്കാൻ ആ മനുഷ്യൻ മടി കാട്ടില്ല എന്ന വിശ്വാസം കൊണ്ടാണ്. സിനിമയിലൂടെ കിട്ടുന്ന പണം തന്റെ കുടുംബത്തിനായും മറ്റു പരിപാടികളിലൂടെ കിട്ടുന്ന തുക ദാനമായി അർഹരായവർക്ക് നൽകാനുള്ളതാണെന്നും മണി പറയാറുണ്ടായിരുന്നു. സിനിമയിൽ വന്നതിനു ശേഷം ചാലക്കുടിയിലെ പല പറമ്പുകളും സ്വന്തമാക്കുകയും അവിടെയെല്ലാം കൃഷി ചെയ്ത് നാട്ടുകാർക്ക് അതുവഴി തൊഴിൽ നൽകുവാനും മണി ശ്രമിച്ചു. എന്നാൽ അപ്പോഴും തന്റെ സേവനങ്ങളെ മറ്റുള്ളവർ അംഗീകരിക്കാത്തതിലും അതിനെ അപഹസിക്കുന്നതിലും നാട്ടുകാരിൽ തന്നെ ചിലർ അതിന് എതിർപ്പുമായി നിന്നതുമെല്ലാം മണിയെ വിഷമിപ്പിച്ചിരുന്നു. തന്റെ ജന്മസിദ്ധമായ അനുകരണകലയെ സിനിമ എന്ന വലിയ തലത്തിലേക്ക് മാറ്റുകയായിരുന്നു അദ്ദേഹം ചെയ്തത്. ഒരു സ്കൂളിന്റെയും ഇൻസ്റ്റിറ്റ്യൂട്ടിന്റെയും പിൻബലമില്ലാതെ ചാലക്കുടിയിലെ ഓട്ടോ സ്റ്റാൻഡിൽ ദിവസക്കൂലിക്ക് ഓടിയിരുന്ന മണി മലയാള സിനിമയിൽ ചേക്കേറിയപ്പോൾ പറന്നുപോയത് പല വമ്പൻ അഭിനയസമ്പ്രദായങ്ങളുമാണ്. കലാഭവൻ മണിയോടൊപ്പം അഭിനയിക്കാൻ ഒരു നടി വിമുഖത കാട്ടിയെന്ന് ഒരു സംവിധായകൻ ഒരിക്കൽ വെളിപ്പെടുത്തിയിരുന്നു. “നിറം കറുത്തുപോയതിൽ ഞാൻ അഭിമാനിക്കുന്നു. മണ്ടേല കറുത്തിട്ടല്ലേ” എന്ന് ഫലിതരൂപത്തിൽ ചോദിച്ചുകൊണ്ട് അതിന് മറുപടി നല്കുകയും ചെയ്തു. ബാല്യകാലത്ത് ഉണ്ടായ അവഗണനകൾ സിനിമയിൽ വന്നതിന് ശേഷവും ഒളിഞ്ഞും തെളിഞ്ഞും മണിക്കുനേരെ ഉണ്ടായിട്ടുണ്ട്. എന്നാൽ അതിനെയെല്ലാം തന്റെ സ്വതസിദ്ധമായ ചിരിയാലും ഉത്സാഹത്താലും തട്ടി മാറ്റി. താൻ ചെയ്തതൊന്നും ലോകം അംഗീകരിച്ചില്ല എന്ന വിഷമം അദ്ദേഹത്തിനുണ്ടായിരുന്നു. അതേ

പ്പറ്റി ചോദിക്കുമ്പോൾ “അതൊന്നും സാരമില്ല പച്ചവെള്ളം കിട്ടാതെ ഗതി കെട്ടുനിന്നിരുന്ന കാലം ഉണ്ടായിരുന്നു. അന്നൊന്നും തളർന്നിട്ടില്ല” എന്നു മണി പറയും. പട്ടിണിയോട് പടവെട്ടിയ ജീവിതാനുഭവങ്ങൾ കരുത്തേകിയ മനുഷ്യനാണ് മണി. തീയിൽ കുരുത്ത മണി ജീവിതത്തിലെ നിസ്സാരവെയിലിൽ അത്രപെട്ടെന്ന് വാടുന്നവനായിരുന്നില്ല. ഇത്തരത്തിലുള്ള നിരവധി ആളുകൾ നമ്മുടെ മുമ്പിലുണ്ട്. കഷ്ടപ്പാടുകളും യാതനകളും സഹിച്ച് ജീവിതത്തിൽ വിജയിച്ചവർ. അവർ പ്രതിബന്ധങ്ങളെ സ്വപ്രയത്നങ്ങളിലൂടെ മറികടന്നു. സ്ഥിരോത്സാഹവും ലക്ഷ്യം നേടാനുള്ള നിരന്തര പരിശ്രമവും അവരിലുണ്ടായിരുന്നു. തങ്ങളിലുള്ള സർഗവാസനകളെ സ്വയം കണ്ടെത്തുകയും അവ ജീവിതത്തിൽ മുതൽക്കൂട്ടാക്കുകയും ചെയ്തവരാണ് ജീവിതത്തിൽ വിജയിച്ചിട്ടുള്ളത്.

മണിയുടെ ചിരി ങ്ഹ്യാ....ഹഹഹ എന്നും മലയാളിക്ക് ഹരമായിരുന്നു. അത് അനുകരിക്കാത്തവർ ചുരുക്കം. മണിയുടെ ചിരി വേഷങ്ങളിൽ ഏറ്റവും രസം ആ ചിരിയായിരുന്നു. ഉള്ളു നീറിയപ്പോൾ അതു മൂടിവയ്ക്കാൻ ജീവിതത്തിന്റെ ലൊക്കേഷനിൽ മണി മനഃപൂർവ്വം ചിരിച്ച ജീവിതച്ചിരി. പേരിലുള്ള മണിയും, മണിപോലെ കിലുങ്ങുന്ന ആ ചിരിയും വാർത്തെടുക്കപ്പെട്ടതു ഇല്ലായ്മകളുടെ വറചട്ടിയിലായിരുന്നു. ജീവിതത്തിന്റെ തീവ്രതയും നിഷ്കളങ്കതയും തന്റെ കഥാപാത്രങ്ങളിലൂടെയും പാട്ടുകളിലൂടെയും പകർന്നാടിയിട്ടാണ് മണി പോയത്.

സിനിമാതാരം ഉണ്ടപ്പക്രുവിനൊപ്പം

നാടൻപാട്ടിന്റെ അംബാസിഡർ

മലയാളികളെ പല നിലകളിൽ ആകർഷിക്കുവാൻ കഴിഞ്ഞയാളാണ് കലാഭവൻ മണി. ചലച്ചിത്രങ്ങളിലായാലും മണ്ണിന്റെ മണമുള്ള നാടൻപാട്ടിന്റെ അവതരണ വേദികളിലായാലും അനുകരണ കലയിലായാലും അദ്ദേഹം വേറിട്ടു നിന്നു. കൊച്ചുന്നാളിൽ പഠിച്ച പാട്ടുകൾ പിന്നീട് കലാരംഗത്ത് അദ്ദേഹത്തെ കൂടുതൽ ശ്രദ്ധേയനാക്കുന്നതിനിടയാക്കി. മലയാളികളുടെ മറന്നുപോയ നാടൻപാട്ടുകളെ ജനകീയമാക്കി. ചെറിയ ഹാസ്യവേഷത്തിലൂടെ സിനിമകളിൽ സ്ഥാനമുറപ്പിയ്ക്കുന്നതിനിടയിലാണ് നാടൻ പാട്ടുകളുമായി മണി മലയാളികൾക്കിടയിൽ സുപരിചിതനാകുന്നത്. സാധാരണക്കാരന് മനസ്സിലാകുന്ന, അനുഭവത്തിൽ ആവിഷ്കരിക്കപ്പെട്ട ഗാനത്തിലൂടെയാണ് അദ്ദേഹം ആസ്വാദക മനസ്സിൽ സ്ഥാനമുറപ്പിച്ചത്. ആടിയും പാടിയും സാധാരണക്കാരനായി അവരോടൊപ്പം സംവദിച്ചു അവരിലൊരാളായി മണി മാറി. സ്വതസിദ്ധമായ ആലാപന ശൈലിയിൽ ഗ്രാമീണ ഭാഷയിൽ മലയാളികളെ നാടൻപാട്ടിന്റെ ലോകത്തേക്ക് കൂട്ടിക്കൊണ്ടുപോയ കലാകാരനായിരുന്നു അദ്ദേഹം. ദാരിദ്ര്യവും ജീവിത സാഹചര്യവുമാണ് ആ നാടൻ പാട്ടുകളിൽ പ്രതിഫലിച്ചിരുന്നത്. തനി മലയാളത്തിന്റെ പാരമ്പര്യമാണ് മണി പാടിത്തിമർത്തത്.

ഒരിക്കൽ ഒരു മെഗാഷോയിൽ കലാഭവൻ മണി നാടൻപാട്ട് പാടി സ്റ്റേജിൽ നിന്നും ജനങ്ങളുടെ ഇടയിലേക്ക് ഇറങ്ങി വരികയായിരുന്നു. സ്റ്റേജിനു മുന്നിൽ മുഴുവൻ ചെളിവെള്ളം കെട്ടിക്കിടക്കുന്നുണ്ട്. അതിൽ ചവിട്ടി നിന്നുകൊണ്ട് തന്നെ പാട്ടു തുടർന്ന് മണി മൈക്കിലൂടെ പറഞ്ഞു. “ഈ വെള്ളം നമുക്ക് പ്രശ്നമല്ല. ഇതിലും ചോർന്നൊലിക്കുന്ന വീട്ടിൽ കിടന്നവനാ ഞാൻ. അതുകൊണ്ട് ഈ വെള്ളം പ്രശ്നമേയല്ല.” കലാഭ

വൻ മണിക്ക് നാടൻ പാട്ട് എന്നത് തന്റെ ജീവിതം തന്നെയാണ്. അത് ഒരു പാട് രീതിയിൽ ഒരു വൈകാരിക സംവേദനമാണ്. പാട്ടിലൂടെയും അല്ലാതെയും ജീവിതത്തെക്കുറിച്ച് കുറേ കാര്യങ്ങൾ പറയാതെ മണി പറയും. നാടൻപാട്ട് പാടുന്ന സമയം മുഴുവൻ ത്രസിപ്പിക്കുന്ന സാന്നിദ്ധ്യംകൊണ്ട് ആസ്വാദകരെ അദ്ദേഹം കൈയ്യിലെടുക്കും. സ്റ്റേജ് ഷോ എന്നത് പത്തു കൂട്ടം കറി കൂട്ടി ഉണ്ണുന്ന ഓണസദ്യ' പോലെയാണെന്ന് മണി പറയും. അത്രയ്ക്ക് ഊർജത്തോടെയാണ് സ്റ്റേജിൽ കയറാറുള്ളത്. പ്രായമായവരും ചെറുപ്പക്കാരും ഒരുപോലെ ആ പാട്ടുകൾ പാടിപ്പകരും. ചാലക്കുടിപ്പുഴയും ചന്തയും മണ്ണും മനുഷ്യരും ആ പാട്ടുകളിൽ ജീവിക്കും.

1990-കളുടെ പകുതിയോടെ മലയാളികളുടെ ഒട്ടുമിക്ക വീടുകളിലും കാസറ്റ് പ്ലെയറുകൾ സജീവമായതോടെ അവിടെ മണിയും എത്തി. നാടൻപാട്ടും തമാശകളുമായി അദ്ദേഹത്തിന്റെ ശബ്ദം മുഴങ്ങി. സിനിമാ പാട്ടുകളിൽനിന്നും സാധാരണ മലയാളിയെ നാടൻപാട്ടുകളിലേക്ക് മണി പറിച്ചുനട്ടു. മലയാളികൾ കൈവിട്ട നാടൻപാട്ടുകൾ അവർ പോലും അറിയാതെ താളത്തിൽ ചുണ്ടുകളിലേക്ക് തിരികെ കൊണ്ടുവരാൻ അത് കാരണമായി. തന്റെ മുൻതലമുറ കൈമാറിയ നാടൻപാട്ടുകളുടെ ഈണവും ഇമ്പമേറിയ വരികളും തനത് ശൈലിയിൽ അവതരിപ്പിച്ചപ്പോൾ ഒരു തല

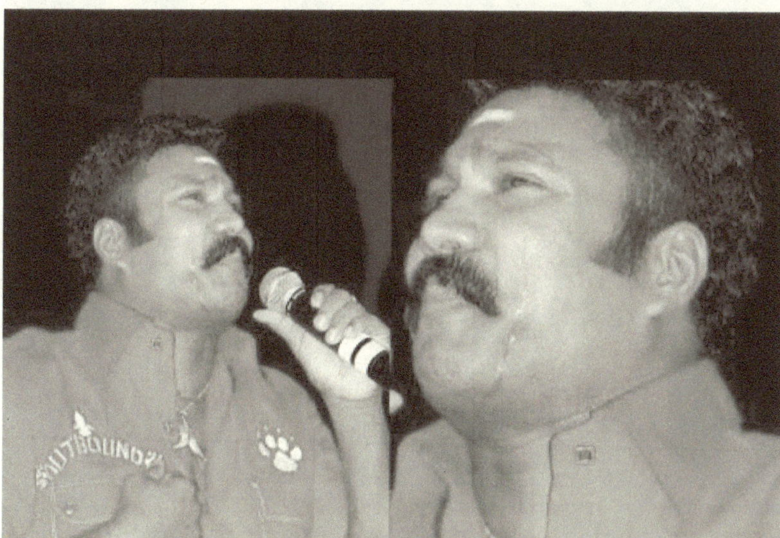

മുറയോടെ അന്യം നിന്നുപോകേണ്ട കലാരൂപം എല്ലാവർക്കും പ്രിയപ്പെട്ട തായി. മണിയുടെ ആഘോഷങ്ങളുടെ തുടക്കവും ഒടുക്കവും നാടൻപാട്ടാ യിരുന്നു. സംഗീതത്തിന്റെ 'എബിസിഡി' പഠിക്കാത്ത എല്ലാവർക്കുമായി പാടി. സ്കൂളിൽ പഠിക്കുമ്പോൾ തുമ്പൂർ സുബ്രമണ്യൻ മാഷിന്റെ സംഗീതപഠനക്ലാസ് നടക്കുന്നിടത്ത് നിന്നും വല്ലപ്പോഴും കേട്ട സംഗീത ജ്ഞാനം മാത്രമേ തനിക്കുള്ളൂ എന്ന് മണി പറഞ്ഞിട്ടുണ്ട്. എങ്കിലും മല യാള സിനിമയിൽ ഏറ്റവും കൂടുതൽ സിനിമകളിൽ പാടി അഭിനയിച്ച റെക്കോർഡ് മണിക്കുള്ളതാണ്. വീട്ടിലുള്ളപ്പോൾ നാടൻപാട്ടുകളും സിനിമാപാട്ടുകളും എപ്പോഴും കേൾക്കുന്ന സ്വഭാവമായിരുന്നു മണിക്ക്. ഉമ്പായിയുടെ ഗസൽഗാനങ്ങൾ ഇഷ്ടമായിരുന്നു.

മുൻതലമുറ കൈമാറിവന്ന പാട്ടുകൾ, മണി രചിച്ച പാട്ടുകൾ, മറ്റു ള്ളവർ രചിച്ച് മണി പാടിയ പാട്ടുകൾ എന്നിങ്ങനെ മണിയുടെ നാടൻ പാട്ടുകളെ തിരിക്കാം. മറ്റുള്ളവരുടെ രചനയിൽ അറുമുഖൻ വെങ്കിടൻ എഴു തിയ നാടൻപാട്ടുകൾ മണിയുടെ ശൈലിയിൽ പാടി വൻ ശ്രദ്ധ പിടിച്ചുപ റ്റി. മണി–അറുമുഖൻ ടീമിന്റെ 'ആക്രാന്തം കാട്ടേണ്ട വിളമ്പിത്തരാം' എന്ന

നാദിർഷയ്ക്കും ഹരിശ്രീ അശോകനുമൊപ്പം

സിനിമാ ലൊക്കേഷനിൽ

മിമിക്സ് കാസറ്റ് വൻ ഹിറ്റായിരുന്നു.

"ഓടണ്ട ഓടേണ്ട ഓടിത്തളരേണ്ട
ഓമനപ്പൂമുഖം വാടിടേണ്ട,
ഓമനപ്പൂമുഖം വാടാതെ സൂക്ഷിച്ചാൽ
ഓമനച്ചുണ്ടത്തൊരുമ്മ നല്കാം.
ടാറിട്ട റോഡാണ് റോഡിന്റരികാണ്
വീടിന്നടയാളം ശീമക്കൊന്ന"

എന്ന നാടൻപാട്ടാണ് മണിയുടെ ചിരിക്കൊപ്പം കേരളം ആദ്യം ഏറ്റെടുത്തത്. തൊട്ടുപുറകെ, 'കുഞ്ഞിനാളിൽ ചെറുപ്പത്തിലല്ലേടി എന്റെ കുഞ്ഞേലീ നിന്നെ ഞാൻ കണ്ടതല്ലേടീ...', 'പകലുമുഴുവൻ പണിയെടുത്ത് കിട്ടണ കാശിന് കള്ളുകുടിച്ച് എന്റെ മോളെ കഷ്ടത്തിലാക്കല്ലേ വേലായുധാ...', 'കണ്ണിമാങ്ങാ പ്രായത്തിൽ നിന്നെ ഞാൻ കണ്ടപ്പോൾ മാമ്പഴമാകട്ടേന്ന് എന്റെ പുന്നാരേ മാമ്പഴമാകട്ടേന്ന്...', 'ഓടപ്പഴം പോലൊരു പെണ്ണിനു വേണ്ടി ഞാൻ കൂടപ്പുഴ ആകെ ആലഞ്ഞോനാണ്ടി', 'ചാലക്കുടി ചന്തയ്ക്കു പോകുമ്പോൾ ചന്ദനച്ചോപ്പുള്ള മീൻകാരി പെണ്ണിനെ കണ്ടേ

ഞാൻ', 'വരാന്നു പറഞ്ഞിട്ട് ചേട്ടൻ വരാതിരിക്കരുതേ വരാതിരുന്നാലോ ചേട്ടന്റെ പരാതി തീരൂല്ലാ', 'വരിക്കച്ചക്കേടെ ചൊള കണക്കിതു തുടുതുടുത്തൊരു കല്യാണി', തുടങ്ങിയ പാട്ടുകൾ കേരളം മുഴുവൻ ഏറ്റുപാടി. മണിയുടേതായ വ്യത്യസ്ത അവതരണം തന്നെയാണ് ആ നാടൻപാട്ടുകളെ ജനപ്രിയമാക്കിയത്. മണിയുടെ പാട്ടുകളെപ്പറ്റി മലയാളത്തിലെ പ്രിയകവി കുരിപ്പുഴ ശ്രീകുമാർ പറയുന്നത് ഇങ്ങനെ "കലാഭവൻമണിയുടെ ശബ്ദത്തിന് ഗ്രാമീണമായ ആകർഷകത്വം ഉണ്ടായിരുന്നു. ആരെങ്കിലും പാടിയ സിനിമാപ്പാട്ടുകൾ ആ ഗായകരുടെ ഇടർച്ചകളും വെള്ളിയും കഫക്കെട്ടും സഹിതം അനുകരിക്കുന്നതിനുപകരം പുതിയ ഒരു ഗാനസംസ്കാരം കലാഭവൻ മണി ആവിഷ്കരിച്ചു. കേരളീയതയുടെ അരിവാളും നെൽക്കതിരും, ഓണവും, കുട്ടേട്ടനും, കൂടെപ്പിറപ്പും, തണ്ടും, തടിയും, തണ്ടെല്ലും, ആ പാട്ടുകളിൽ നിറഞ്ഞുനിന്നു. ചുള്ളിച്ചെറിയ പെണ്ണും, പട്ടാമ്പിയിൽ പഠിച്ച കുട്ടിയും, വട്ടം കറങ്ങണ തോമാച്ചനും പാട്ടരങ്ങിലേക്ക് മണിയോടൊപ്പം വന്നു."

ചാലക്കുടി ചന്തയും, കണ്ണിമാങ്ങ പ്രായവും, ഓടപ്പഴവും, കരിമീനും, മിന്നുന്ന പാവാടയും ,ചിങ്ങപ്പൂവും, വരിക്കച്ചക്കയും, കാന്താരിച്ചമ്മന്തിയും, മയിലാട്ടവും, തകിലും, കാവടിയും, കപ്പയും തുടങ്ങി സാധാരണ ജനജീവി

കമലാഹാസനും വിക്രമിനുമൊപ്പം ജെമിനി സിനിമയുടെ വിജയാഘോഷവേളയിൽ

തത്തിൽനിന്നുള്ള കല്പനകളെക്കൊണ്ടും അനുഭവങ്ങളെക്കൊണ്ടും സമൃദ്ധമായിരുന്നു മണിയുടെ പാട്ടുകൾ. നാടായ നാട്ടിലുള്ളതെല്ലാം അതിലുണ്ടായിരുന്നു. പട്ടിണി കിടന്ന കുട്ടിക്കാലത്തെ ഓർത്തെടുക്കുന്ന

"ഉമ്മായിക്കുച്ചാണ്ട് പ്രാണൻ കത്തണമ്മ
വാഴല പൊട്ടിച്ച് പാപ്പൊണ്ടാക്കണുമ്മാ
വയറു കത്ത്യാല് എന്റെ കൊടലു കത്തണുമ്മാ
പ്രാണൻ പെടഞ്ഞിട്ട ദൈവേ ഓണം പാഴാക്കണുമ്മാ
അത്തം കഴിഞ്ഞാലേ പിന്നെ ഓണം വരുമന്ന്
ഇമ്മിണി നാളായീട്ടച്ഛൻ കൊഞ്ചിപ്പറയാറില്ലേ,"

എന്ന പാട്ട് പാടുമ്പോൾ മണിയും മലയാളിയും കരയുമായിരുന്നു. ശോകാർദ്രമായ പാട്ടിൽ മണിയുടെ ആലാപനം ശ്രദ്ധേയമായിരുന്നു. മിക്ക പാട്ടുകളും മണിയുടെ കഴിഞ്ഞ കാലം, സാമുദായികാന്തരീക്ഷം, ദാരിദ്ര്യം, ചാലക്കുടിയുടെ പാരമ്പര്യം എന്നിവ അനുഭവവേദ്യമാക്കുന്ന വ്യക്തിപരത ഉള്ളവയായിരുന്നു. സ്വന്തം ജീവിതാനുഭവങ്ങളെ പാട്ടുകളായി പരിവർത്തനപ്പെടുത്തുമ്പോഴും, ആടിയും പാടിയും ആ വേദനകളെ എല്ലാവരുടേതുമാക്കി മാറ്റാനും പൊതുവായ ഒരുകൂട്ടം ആസ്വാദകരെ ഉണ്ടാക്കുവാനും മണിക്ക് കഴിഞ്ഞു. നാടൻ പാട്ടുകൾ ഉൾക്കൊള്ളുന്ന മണിക്കൂറുകൾ നീളുന്ന മണിയുടെ പ്രകടനത്തിൽ വേദികൾ വിസ്മയമായി. കൃത്രിമമായ വികാരപ്രകടനങ്ങൾ ആയിരുന്നില്ല മണിയുടേത്. മണിയറിയാതെ സ്വയം വെളിവാകുകയായിരുന്നു. ജന്മസിദ്ധമായ കഴിവും ഒഴുക്കും അദ്ദേഹത്തിന്റെ പാട്ടിലുണ്ടായിരുന്നു. വിദേശ രാജ്യങ്ങളിലേക്കുള്ള സിനിമാ ഷോകളിൽ മണിയുടെ നാടൻ പാട്ടുകൾ അഭിവാജ്യഘടകമായി. കേരളത്തിലും പുറത്തും ഫാൻസ് അസോസിയേഷനുകൾ മണിക്കുണ്ടായി. പാട്ടുകളെ ആദ്യമായി ആൽബരൂപത്തിൽ അവതരിപ്പിച്ചതും അദ്ദേഹമായിരുന്നു. നാടൻപാട്ടുകളെ മലയാളികൾക്ക് പ്രിയങ്കരമാക്കാൻ മണിയെപ്പോലെ പരിശ്രമിച്ചവർ ചുരുക്കം. ഒരു കാലഘട്ടത്തിൽ കേരളത്തിലിറങ്ങിയ നാടൻപാട്ടുകളെല്ലാം മണിയുടേതായിരുന്നു. ഇത്ര ജനകീയനായ നാടൻ പാട്ടുകാരനും പിന്നണിഗായകനായ നടനും മലയാള സിനിമയിൽ ഇതുവരെ ഉണ്ടായിട്ടില്ല.

ഉത്സവപ്പറമ്പുകളിലും ക്ലബ് പരിപാടികളിലും 'മണിപ്പാട്ടു'കൾ ഉച്ചത്തിൽ വെച്ച് യുവജനങ്ങൾ ആഘോഷിച്ചു. നാടൻ പാട്ടിനൊപ്പം സിനിമാ

പ്പാട്ടിന് സമാന്തരമായുണ്ടാക്കുന്ന പാരഡിപാട്ടുകളും ജനങ്ങൾ സ്വീകരിച്ചു. ഇതിന് പുറമേ സിനിമാസംഗീതത്തിന്റെ അതേ രീതിയിൽ നാടൻപാട്ടുകളെഴുതി നാടൻ ശൈലിയിൽ അവതരിപ്പിക്കുകയും ചെയ്തു. നാടൻ പാട്ടുകൾ മാത്രമല്ല നിരവധി അയ്യപ്പ ഭക്തിഗാനങ്ങൾ, മാപ്പിളപ്പാട്ടുകൾ എന്നിവയും മണിയുടെ രചനയിലും, സംഗീതത്തിലും, ശബ്ദത്തിലും മലയാളികൾ കേട്ടു. ഏതൊരു ദുരിതത്തെയും മനോധൈര്യത്തോടെ നേരിടണമെന്ന് മലയാളിയെ പഠിപ്പിച്ച മണിയെന്ന നാടൻ പാട്ടിന്റെ അംബാസിഡർ ഒരു നാടൻ പാട്ടിന്റെ അവസാന വരി പാടിവെച്ചതിങ്ങനെയാണ്.

"ചായ്ച്ചിട്ടു കുത്ത്യാലും ചരിച്ചിട്ടു കുത്ത്യാലും
ചാലക്കുടിക്കാരൻ ചാവ്യല്ലെടി..."

ഓർമ്മകളിൽ മണി ഇന്നും ജീവിക്കുന്നു. നാടൻ പാട്ടുകളുടെ ഉപാസകനായി, തനിയെ തന്റെ കാലടികൾ വെച്ച് ജീവിതത്തിൽ നടന്നുകയറിയവനായി, എല്ലാത്തിനും മീതെ പച്ചയായ ചാലക്കുടിക്കാരനായി.

●

കലാഭവൻ മണി
അഭിനയിച്ച സിനിമകൾ

കലാഭവൻ മണി അഭിനയിച്ച സിനിമകൾ

സിനിമ	വർഷം

സമുദായം, അക്ഷരം, ദി പോർട്ടർ (1995)

ഓരോ വിളിയും കാതോർത്ത്, കാതിൽ ഒരു കിന്നാരം, സ്വർണക്കിരീടം, സാമൂഹ്യപാഠം, കല്യാണസൗഗന്ധികം, ഉദ്യാനപാലകൻ, നാലാംകെട്ടിലെ നല്ല തമ്പിമാർ, കിരീടമില്ലാത്ത രാജാക്കന്മാർ, ദില്ലിവാല രാജകുമാരൻ, പട നായകൻ, ബ്രിട്ടീഷ് മാർക്കറ്റ്, മാന്ത്രികക്കുതിര, എസ് ക്യൂസ് മീ ഏത് കോളേജിലാ, സല്ലാപം (1996)

ഉല്ലാസപ്പൂങ്കാറ്റ്, മായപ്പൊന്മാൻ, ഹിറ്റ്ലർ ബ്രദേഴ്സ്, മന്ത്രമോതിരം, കോട്ടപ്പുറത്തെ കൂട്ടുകുടുംബം, ഭാരതീയം, വാചാലം, ഇക്കരെയാണെന്റെ മാനസം, സ്നേഹസിന്ദൂരം, കുടമാറ്റം, ഭൂതക്കണ്ണാടി, ന്യൂസ്പേപ്പർ ബോയ്, കഥാനായകൻ, ആറാം തമ്പുരാൻ, ദി കാർ, മന്നാടിയാർ പെണ്ണിന് ചെങ്കോട്ട ചെക്കൻ. ഗജരാജമന്ത്രം, രാജതന്ത്രം, കല്യാണപ്പിറ്റേന്ന്, അടിവാരം, ദിഗുഡ് ബോയ്സ്, മൈഡിയർ കുട്ടിച്ചാത്തൻ, ഗുരുശിഷ്യൻ, സമ്മാനം, കാരുണ്യം. അഞ്ചരക്കല്യാണം (1997)

ഇളമുറത്തമ്പുരാൻ, സമ്മർ ഇൻ ബെത്‌ലഹേം, മായാജാലം, കാറ്റത്തൊരു പെൺപൂവ്, മീനാക്ഷിക്കല്യാണം, ചിത്രശലഭം, അച്ചാമ്മക്കുട്ടീടെ അച്ചായൻ, മലബാറിൽ നിന്നൊരു മണിമാരൻ, കൈക്കുടന്ന നിലാവ് (1998)

വാസന്തിയും ലക്ഷ്മിയും പിന്നെ ഞാനും, കണ്ണെഴുതി പൊട്ടുംതൊട്ട്, പഞ്ചപാണ്ഡവർ, മില്ലേനിയം സ്റ്റാഴ്സ്, ക്രൈം ഫയൽ, സാഫല്യം, ആകാ

ശഗംഗ, മൈഡിയർ കരടി, ക്യാപ്റ്റൻ, ഇൻഡിപ്പെൻഡൻസ്, ഒന്നാം വട്ടം കണ്ടപ്പോൾ, ജെയിംസ് ബോണ്ട്, പല്ലാവൂർ ദേവനാരായണൻ (1999)

ദാദാസാഹിബ്, നരസിംഹം, റാപ്പിഡ് ആക്ഷൻഫോഴ്സ്, ദൈവത്തിന്റെ മകൻ, പ്രണയനിലാവ്, ഇങ്ങനെ ഒരു നിലാപ്പക്ഷി, വല്യേട്ടൻ, മിസ്റ്റർ ബട്‌ലർ, വർണ്ണക്കാഴ്ചകൾ, കൊച്ചു കൊച്ചു സന്തോഷങ്ങൾ (2000)

ദോസ്ത്, ദി ഗാർഡ്, രാക്ഷസരാജാവ്, വൺമാൻഷോ, ഫോർട്ട് കൊച്ചി, സൂത്രധാരൻ, ആന്ദോളനം, കരുമാടിക്കുട്ടൻ, വക്കാലത്തു നാരായണൻകുട്ടി, അച്ഛനെയാണെനിക്കിഷ്ടം, നളചരിതം നാലാം ദിവസം, ആകാശത്തിലെ പറവകൾ, ഈ നാട് ഇന്നലെവരെ (2001)

വർണ്ണക്കാഴ്ച, മലയാളി മാമന് വണക്കം, അഖില, കുബേരൻ, നക്ഷത്രക്കണ്ണുള്ള രാജകുമാരൻ അവനുണ്ടൊരു രാജകുമാരി (2002)

ചിത്രകൂടം, കുസൃതിപട്ടാളം, വരും വരുന്നു വന്നു, ശിങ്കാരി ബോലോന, മാറാത്തനാട്, വെള്ളിത്തിര, ബാലേട്ടൻ, മത്സരം, വാർ ആന്റ് ലൗ, സി.ഐ. മഹാദേവൻ അഞ്ചടി നാലിഞ്ച് (2003)

മാമ്പഴക്കാലം, സൽപ്പേര് രാമൻകുട്ടി, താളമേളം, നാട്ടുരാജാവ്, കണ്ണിനും കണ്ണാടിക്കും, വേഷം, കൂട്ട്, വെട്ടം, സേതുരാമൻ സി.ബി.ഐ (2004)

ലോകനാഥൻ ഐ.എ.എസ്, രാജമാണിക്യം, അന്നൊരിക്കൽ, മാണിക്യൻ, ഉടയോൻ, ബെൻ ജോൺസൺ, മയൂഖം, ദീപങ്ങൾ സാക്ഷി, പൗരൻ, ഇരുവട്ടം മണവാട്ടി, പൊന്മുടിപ്പുഴയോരത്ത്, അനന്തഭദ്രം (2005)

രാവണൻ, റെഡ് സല്യൂട്ട്, ചാക്കോ രണ്ടാമൻ, ചിന്താമണികൊലക്കേസ്, കിസാൻ, നരകാസുരൻ (2006)

നഗരം, നന്മ, പായുംപുലി, നസ്രാണി, ഛോട്ടാമുംബൈ (2007)

പാർത്ഥൻ കണ്ട പരലോകം, ബുള്ളറ്റ്, ഷേക്സ്പിയർ എം.എ. മലയാളം, കബഡി കബഡി, സ്വർണ്ണം, കേരളാ പോലീസ്, ആണ്ടവൻ, ട്വിന്റി-20, മായപ്പൊന്മാൻ, കേരളോത്സവം (2008)

ഡാഡികൂൾ, പ്രമുഖൻ, മലയാളി (2009)

അണ്ണാറക്കണ്ണനും തന്നാലായത്, ഒരിടത്തൊരു പോസ്റ്റുമാൻ, യുഗപുരുഷൻ, ശിക്കാർ, ഒരു സ്മോൾ ഫാമിലി, ബ്ലാക് സ്റ്റാലിൻ, പുള്ളിമാൻ, കാൻവാസ്, ചേകവർ, പതിനൊന്നിൽ വ്യാഴം (2010)

ആഴക്കടൽ, ആദാമിന്റെ മകൻ അബു, വീരപുത്രൻ, ഫിലിംസ്റ്റാർ, പ്രിയപ്പെട്ട നാട്ടുകാരെ, ഭക്തജനങ്ങളുടെ ശ്രദ്ധയ്ക്ക്, മനുഷ്യമൃഗം

(2011)

ഒരു കുടുംബചിത്രം, ഹസ്ബന്റ്സ് ഇൻ ഗോവ, എം.എൽ.എ മണി പത്താം ക്ലാസ്സും ഗുസ്തിയും, ഫെയ്സ് 2 ഫെയ്സ്, ബാച്ച്ലർ പാർട്ടി, സ്നേക്ക് ആൻഡ് ലാഡർ, മദിരാശി, പ്രഭുവിന്റെ മക്കൾ, ഓറഞ്ച്, അയാളും ഞാനും തമ്മിൽ (2012)

പറങ്കിമല, കരീബിയൻസ്, റബേക്ക ഉതുപ്പ് കിഴക്കേമല, ഒളിപ്പോര്, ടൂറിസ്റ്റ് ഹോം, ആമേൻ, കൊന്തയും പൂണൂലും, ചക്കരമാമ്പഴം, കാരണവർ (2014)

ഇരുവഴി തിരിയുന്നിടം, മൂന്നാംനാൾ, ഒന്നും ഒന്നും മൂന്ന്, കംപാർട്ട്മെന്റ്, മായാപുരി 3ഡി, വണ്ടർഫുൾ ജേർണി ആലിഫ്, ലോകാസമസ്താ, മൈത്രി, റോസാപ്പൂക്കാലം (2015)

യാത്ര ചോദിക്കാതെ, പോയ് മാഞ്ഞു, പറയാതെ (2016)

തമിഴ്

മറുമലർച്ചി (1998), വാഞ്ചിനാഥൻ (2001), ജെമിനി, തെനവൻ, നാം, ജയ് ജയ്, തട്ടി താവൂദ് മനസ്സ്, പുതിയ ഗീതൈ, ബന്ദപരമശിവം, കാതൽ കിസ് കിസ്, കൂത്ത്, ശിങ്കാര ചെന്നൈ (2003), ബോസ്, സെമ രാഗലയ്, ആയി (2004) സെവേൽ, ജിതൻ (2005) അന്യൻ, മഴൈ, ആറു, സംതിംഗ് സംതിംഗ് ഉനക്കും എനക്കും, പാസ കിലിഗൽ, വേൽ (2006) മോദി വിളയാട്, യാരുക്ക് തെരിയും, (2009), യന്തിരൻ (2010), ശങ്കരാപുരം (2014), കങ്കാരു (2015), പാപനാസം, കലൈവേന്ദൻ, ലൗ ഗുരു (2015)

തെലുങ്ക്

ജെമിനി (2002), ആയുധം (2003), അർജുൻ (2004), നരസിംഹദ് (2005), എടവൈതെ നാകേന്തി (2007)

കന്നട

ദുർഗൈ (2004), ചലഞ്ച് (2012), മൈത്രി (2015)

നിർമ്മാണം

അണ്ണാറക്കണ്ണനും തന്നാലായത് (2010)

സംഗീതസംവിധാനം

മണി മുഴങ്ങുന്നത് ആർക്കുവേണ്ടി

എം.എൽ.എ മണി പത്താംക്ലാസ് ഗുസ്തിയും

പിന്നണി പാടിയ ചിത്രങ്ങൾ

സമ്മാനം (1995), കൊട്ടാരം വീട്ടിലെ അപ്പൂട്ടൻ (1998), കണ്ണെഴുതി പൊട്ടും തൊട്ട് (1999), ഓം പ്രിയേ (2000), അച്ഛനെയാണെനിക്കിഷ്ടം, ആകാശത്തിലെ പറവകൾ, ദി ഗാർഡ്, കരുമാടിക്കുട്ടൻ (2001), ബാംബൂ ബോയ്സ്, കൺമഷി, വാൽക്കണ്ണാടി (2002), കുസൃതിക്കണ്ണൻ (2003), കണ്ണിനും കണ്ണാടിക്കും, കാഴ്ച, മത്സരം, അനന്തഭദ്രം (2004), ബെൻജോൺസൺ, ചാക്കോ രണ്ടാമൻ, കിസാൻ (2006), റെഡ് സല്യൂട്ട്, എബ്രഹാം ലിങ്കൺ, ഇവൻ (2007), കബഡി കബഡി (2008), ട്വന്റി 20 (2010).

●

കലാഭവൻമണിയുടെ പാട്ടുകൾ

1. **ഓ**ടണ്ട ഓടേണ്ട ഓടിത്തളരേണ്ട
ഓമനപ്പൂമുഖം വാടിടേണ്ട,
ഓമനപ്പൂമുഖം വാടാതെ സൂക്ഷിച്ചാൽ
ഓമനച്ചുണ്ടത്തൊരുമ്മ നല്കാം.
ടാറിട്ട റോഡാണ് റോഡിന്റരികാണ്
വീടിന്നടയാളം ശീമക്കൊന്ന
പച്ചരിച്ചോറുണ്ട് പച്ചമീൻ ചാറുണ്ട്
ഉച്ചയ്ക്ക് ഉണ്ണാനായ് വന്നോളൂട്ടോ
പുഞ്ചവരമ്പത്ത് പാമ്പിന്റെ പൊത്തുണ്ട്
സൂക്ഷിച്ചു വന്നോളൂ പൊന്നു ചേട്ടാ
ഒരു കുപ്പി മണ്ണെണ്ണ കത്തിത്തീരും വരെ
പണ്ടാരത്തള്ളയ്ക്കുറക്കമില്ല
ടാറിട്ട റോഡാണു റോഡിന്റരികാണ്
വീടിന്നടയാളം ശീമക്കൊന്ന
ആയിരംകൊമ്പുള്ള ചെമ്പകച്ചോട്ടില്
ഒറ്റയ്ക്കിരുന്നു ഞാനോർത്തു പാടും (ഓടേണ്ട)
വീട്ടിലേയ്ക്കുള്ള വഴിമറന്നോ

വാട്യാപൂചൂടിയാലും ചൂട്യാപൂ ചൂടിയാലും
ചേട്ടനെ ഞാനെന്നും ഓർത്തിരിക്കും
ആരൊക്കെതിർത്താലും എന്തു പറഞ്ഞാലും
ചേട്ടനില്ലാത്തോരു ലോകമില്ല
എന്നുമുറക്കത്തിൽ ചേട്ടനെക്കണ്ടു ഞാൻ
ഞെട്ടിയുണർന്നു കരച്ചിലല്ലേ
പുലരിവിടരുമ്പോൾ വിരലുമറയുന്നു
പലരും പറഞ്ഞു നീ കേട്ടിട്ടില്ലേ
ചാലക്കുടിപ്പുഴ നീന്തികടന്നാലും
അന്തിക്കുമുമ്പ് ഞാനെത്താം പൊന്നേ
വേലൂരിക്ഷേത്രം ഞാൻ മൂട്ടൂത്തി കേറ്യാലും
നേരമിരുട്ട്യാലും എത്താം പൊന്നേ
കാണാത്തതല്ലല്ലോ ആക്രാന്തം വേണ്ടെന്ന്
ആയിരം വട്ടം പറഞ്ഞില്ലേ ഞാൻ (ഓടേണ്ട)

2. **കു**ഞ്ഞിനാളിൽ ചെറുപ്പത്തിലല്ലേടി എന്റെ കുഞ്ഞേലീ

നിന്നെ ഞാൻ കണ്ടതല്ലേടീ.

നിന്റച്ഛനുള്ളൊരു കാലത്തിലല്ലേടീ

എന്റെ കുഞ്ഞേലി നിന്നെ ഞാൻ കണ്ടതല്ലേടീ

കൊച്ചു കൊച്ചു മുറങ്ങളു നെയ്യുമ്പോൾ

എന്റെ കുഞ്ഞേലീ നിന്നെ ഞാൻ കണ്ടതല്ലേടീ

നിന്റച്ഛനുള്ളൊരു കാലത്തിലല്ലേടീ

എന്റെ കുഞ്ഞേലി നിന്നെ ഞാൻ കണ്ടതല്ലേടീ

കുന്നോർക്കടവിൽ കുളിക്കുന്ന നേരത്ത്

എന്റെ കുഞ്ഞേലി നിന്നെ ഞാൻ കണ്ടതല്ലേടീ

നിന്റച്ഛനുള്ളൊരു കാലത്തിലല്ലേടീ

എന്റെ കുഞ്ഞേലി നിന്നെ ഞാൻ കണ്ടതല്ലേടീ

പിച്ച പിച്ച നടക്കണ കാലത്ത്

എന്റെ കുഞ്ഞേലീ നിന്നെ ഞാൻ കണ്ടതല്ലേടീ

നിന്റെ അച്ഛനുള്ളൊരു കാലത്തിലല്ലേടീ

എന്റെ കുഞ്ഞേലി നിന്നെ ഞാൻ കണ്ടതല്ലേടി

പട്ടാപകലത്തു പട്ടത്തുപോയിട്ട്

പട്ടയും മൊട്ടയും കട്ടില്ലേടി

നിന്റെ അച്ഛനുള്ളൊരു കാലത്തിലല്ലേടി

എന്റെ കുഞ്ഞേലി നിന്നെ ഞാൻ കണ്ടതല്ലേടി

നിന്റെ കാതിൽ കിടക്കണ കാതിലെ ലോലാക്ക്

കട്ടതല്ലേടി കുഞ്ഞേലി നീ കട്ടതല്ലേടി
നിന്റെ അച്ഛനുള്ളൊരു കാലത്തിലല്ലേടി
എന്റെ കുഞ്ഞേലി നിന്നെ ഞാൻ കണ്ടതല്ലേടി
അക്കൂത്ത് ഇക്കൂത്ത് ആന വരമ്പത്ത്
കണ്ടതല്ലേടി കുഞ്ഞേലി നീ കണ്ടതല്ലേടി
നിന്റെ അച്ഛനുള്ളൊരു കാലത്തിലല്ലേടി
എന്റെ കുഞ്ഞേലി നിന്നെ ഞാൻ കണ്ടതല്ലേടി (കുഞ്ഞു)

3. **പ**കലുമുഴുവൻ പണിയെടുത്ത്
കിട്ടണ കാശിന് കള്ളുകുടിച്ച്
എന്റെ മോളെ കഷ്ടത്തിലാക്കല്ലേ വേലായുധാ
കെട്ടിയ പെണ്ണിനു കഞ്ഞികൊടുക്കാൻ
പറ്റാത്തൊരെന്തിനീ പണി ചെയ്തു
കല്യാണം കുട്ടിക്കളിയല്ലെടാ വേലായുധാ
പെണ്ണു കെട്ടിയ കാലുംകെട്ടും കുട്ട്യോളായ വായും കെട്ടും
കാര്യം കഴിഞ്ഞു മതി കളി വേലായുധാ
പയറുമണിക്കൊത്തൊരു പെണ്ണ്
പാവം പെടാപ്പാടും പെട്ട്
പേക്കോലം പോലായില്ലേടാ വേലായുധാ
പണ്ടത്തെക്കാലം പോയി പെണ്ണുങ്ങള് പോലീസായി
ജാമ്യം കിട്ടാൻ പൊല്ലായ്പ്പാകും വേലായുധാ (പകൽ)

4. **ക**ണ്ണിമാങ്ങാ പ്രായത്തിൽ നിന്നെ ഞാൻ കണ്ടപ്പോൾ,
മാമ്പഴമാകട്ടേന്ന്
എന്റെ പുന്നാരേ മാമ്പഴമാകട്ടേന്ന്
വെള്ളേമ്മേ പുള്ളീള്ള മിന്നുന്ന പാവാട
എത്ര ഞാൻ വാങ്ങിത്തന്നു
എന്റെ പുന്നാരേ എത്ര ഞാൻ വാങ്ങിത്തന്നു
കോളേജിലു പോകുമ്പോൾ പല മുഖം കാണുമ്പോൾ
എന്നെയും ഓർത്തീടണേ
എന്റെ പുന്നാരേ എന്നേയും ഓർത്തീടണേ
തേനിൽ കുളിച്ചാലും പാലിൽ കുളിച്ചാലും
കാക്ക വെളുക്കില്ലെടീ
എന്റെ പുന്നാരേ കാക്കവെളുക്കില്ലേടീ (തേനിൽ...)
ഓടുന്ന വണ്ടീല് ചാടിക്കയറുമ്പോൾ
വീഴാതെ സൂക്ഷിക്കണേ
എന്റെ പുന്നാരേ വീഴാതെ സൂക്ഷിക്കണേ (ഓടുന്ന)
ഇന്നലെ നീയിട്ട മഞ്ഞ ചുരുദാറ്
ആരുടെ കാശാണെടീ
എന്റെ പുന്നാരെ ആരുടെ കാശാണെടീ (ഇന്നലെ...)
നാട്ടാരറിയാതെ വീട്ടിൽ ഞാൻ
വന്നാല് നായേനഴിച്ചീടല്ലേ
നാട്ടാരറിയാതെ വീട്ടിൽ ഞാൻ
വന്നാല് നായേനഴിച്ചീടല്ലേ
എന്റെ പുന്നാരേ ചുംബനം തന്നീടണേ (കണ്ണിമാങ്ങാ...)

5. **ഓ**ടപ്പഴം പോലൊരു പെണ്ണിനു വേണ്ടി ഞാൻ
കൂടപ്പുഴ ആകെ ആലഞ്ഞോനാൺടി
ആത്മാർത്ഥമായി ഞാൻ സ്നേഹിച്ച കാരണം
എന്നെപ്പിരിഞ്ഞു നീ പോയില്ലേടീ
ഇന്നു നിന്റെ വീട്ടിലു കല്യാണലങ്കാരം
ഇന്നെന്റെ വീട്ടിലും കണ്ണീരാൺടി
ഓടുന്ന വണ്ടീലോ കിട്ടുന്നോരായാസം
നിന്നെക്കുറിച്ചുള്ളതായിരുന്നു
കാണും ചുമരുമ്മേൽ ചിത്രം വരച്ചാലോ
പുതുമഴ പെയ്യുമ്പോൾ ചിത്രം മായും
കുതരയ്ക്കോ കൊമ്പില്ല
മുതരയ്ക്കോ മതിരില്ല
പച്ചിലപ്പാമ്പിനോ പത്തിയില്ല (ഓട)
ഉപ്പുമുളയ്ക്കില്ല പാലിനോ കയ്പില്ല
വീണയിൽ മീട്ടാത്ത രാഗമില്ല (2)
പെണ്ണൊരുമ്പിട്ടാലോ പെരുമ്പാമ്പും വഴിമാറും
കണ്ടാലറിയാത്തോൻ കൊണ്ടറിയും (ഓട)
ഓടപ്പഴം പോലൊരു പെണ്ണിനേം കിട്ടില്ല
കൂടപ്പുഴപ്പിന്നെ ഞാൻ കണ്ടിട്ടില്ല (ഓട)

6. **ചാ**ലക്കുടി ചന്തയ്ക്കു പോകുമ്പോൾ
ചന്ദനച്ചോപ്പുള്ള
മീൻകാരിപ്പെണ്ണിനെ കണ്ടേ ഞാൻ
ചെമ്പല്ലി കരിമീൻ ചെമ്മീന്
പെണ്ണിന്റെ കൊട്ടേല്
നെയ്യുള്ള പിടയ്ക്കണ മീനാണേ (ചാലക്കുടി)
പെണ്ണിന്റെ പഞ്ചാരപുഞ്ചിരി കട്ടങ്കലക്കിന്റെ കച്ചോടം (2)
അന്നത്തെ ചന്തേലെ കച്ചോടം
പെണ്ണിന്റെ കൊട്ടേലെ മീനായ് (2) (ചാലക്കുടി)
മീനും കൊണ്ടഞ്ചാറുവട്ടം
അങ്ങോട്ടുമിങ്ങോട്ടും ഓടീ ഞാൻ (2)
നേരമ്പോയ് മീനും ചീഞ്ഞ്
അന്നത്തെ കച്ചോടം വെള്ളത്തിലായ് (2) (ചാലക്കുടി)
പെണ്ണ് ചിരിക്കണ കണ്ടെന്റെ
കച്ചോടം പോയല്ലോ കാശും പോയീ (2)
ചന്ദനച്ചോപ്പുള്ള പെണ്ണ്
ചതിക്കണ കാര്യം നേരാണേ (2) (ചാലക്കുടി)

7. ആ പരലീപരല് പരലീ പൂവാലി പരല് പരല്
ഇന്നലീ നേരത്തീ പരല് വെള്ളത്തിലോടണല്ലോ....
പുത്തനിടിയുവെട്ടി മണിയുടെ ശക്തിയുടമ്പുറത്തെ യെന്റമ്മോ....
ക്കെട്ടുകൾപൊട്ടിത്തകർന്നു വയലിന്റെ തട്ടുകൾ ഒപ്പമായി....
ആകാശവീഥിതോറും കറങ്ങിതാ ആനന്ദചെമ്പരുന്ത് പറക്കണ്
വട്ടംകറങ്ങിവന്നു വയലിലെ
പുള്ളിപരലുകൊത്താന്...(2) (ആ പരലീപരല്)
വെള്ള പരപ്പില് കണ്ട് പരല് തുള്ളി കളിച്ചൊരുങ്ങി
നിരന്ന്
വീഴും വലയിലെല്ലാം... നിറഞ്ഞ് തൂവെള്ളി
പൂപരല്....(2) (ആ പരലീപരല്)
തൂപ്പ് വയലിലെല്ലാം പരലിന്റെ തുള്ളിക്കളി
തുടങ്ങി അന്നേരം
ചെമ്മാനം കണ്ടിറങ്ങി പൂകുന്നിതാ
ചെമ്പുള്ള ചെമ്പരന്ത്... (2)
ആ പരലീപരല് പരലീ പൂവാലി പരല് പരല്
ഇന്നീ നേരത്ത് പരല് ചോറുമ്പുറത്തേറി....(2)

8. **മി**ന്നാമിനുങ്ങേ മിന്നും മിനുങ്ങേ
എങ്ങോട്ടാണെങ്ങോട്ടാണീ തിടുക്കം
നീ തനിച്ചല്ലേ പേടിയാവില്ലേ
കൂട്ടിനും ഞാനും വന്നോട്ടേ (മിന്നാമിനുങ്ങേ....)
മഴയത്തും വെയിലത്തും പോകരുതേ നീ
നാടിന്റെ വെട്ടം കളയരുതേ (2)
നിഴലു പോൽ പറ്റി ഞാൻ കൂടെ നടന്നപ്പോൾ (2)
നീ തന്നെ കുഞ്ഞു നുറുങ്ങു വെട്ടം (മിന്നാമിനുങ്ങേ....)
പൊന്നു വിളയുന്ന പാടത്തും നാട്ടിലും
നാനായിടത്തും നീ പാറിയില്ലേ (2)
പള്ളിക്കൂടത്തിനകമ്പടിയില്ലാതെ
പുന്നാരപ്പാട്ടു നീ പാടിയില്ലേ (മിന്നാമിനുങ്ങേ)
വേവുന്ന ചൂടിലും കോച്ചും തണുപ്പിലും
വർഷം ചുരത്തുന്ന കാലമെല്ലാം
വീടിനകത്തും പുറത്തും വിശാലത
തീർത്തു നീ വിട്ടെറിഞ്ഞെങ്ങുപോയി (മിന്നാമിനുങ്ങേ)
എത്തിപ്പിടിക്കുവാനെത്തുകില്ലെങ്കിലും
ഇന്നു ഞാനോർക്കും നിൻ സ്നേഹമെല്ലാം
മിന്നുന്നതെല്ലാം പൊന്നെന്നു കരുതാതെ
നിൻ മോഹജാലം ഞാനോമനിക്കാം (മിന്നാമിനുങ്ങേ)

9. **വ**രാന്നു പറഞ്ഞിട്ട് ചേട്ടൻ വരാതിരിക്കരുതേ
വരാതിരുന്നാലോ ചേട്ടന്റെ പരാതി തീരൂല്ലാ
റോഡൊരു റോഡാണേ ചേട്ടാ ഒറ്റത്തടിപ്പാലം
ആ പാലം കടന്നാലോ കാണും എന്നുടെ വീടായേ
വീടൊരു കൂര്യാണേ ചേട്ടാ വാതിലും ചെറുതാണേ
കുമ്പിട്ടു വന്നോളൂട്ടോ ചേട്ടന്റെ തലയതു മുട്ടരുതേ
വാതിലു പനമ്പാണേ മാന്തിപ്പൊളിക്കരുതേ
മാന്തിപ്പൊളിച്ചാല് ചേട്ടന്റെ കൈയ്യതു കീറുല്ലേ (2)
അഞ്ചാറു ആങ്ങളമാർ വീടിന്റെ കോലായിൽ കിടപ്പുണ്ടേ
അവരെ ചവിട്ടരുതേ ചവിട്ട്യാല് കാര്യം നടക്കൂലാ
അഞ്ചാറു ആങ്ങളമാർ വീടിന്റെ കോലായിൽ കിടപ്പുണ്ടേ
അവരെ ചവിട്ട്യാല് നമ്മുടെ കാര്യം നടക്കൂലാ
പട്ടി കുരച്ചാലേ ചേട്ടാ തിരിഞ്ഞോന്ന് ഓടരുതേ
അതു പട്ടി കുരച്ചതല്ലാ എന്റെ അച്ഛൻ കുരച്ചതാണേ
പട്ടി കുരച്ചാലും ചേട്ടൻ തിരിഞ്ഞോന്ന് ഓടരുതേ
അതു പട്ടി കുരച്ചതല്ലാ എന്റെ അച്ഛൻ ചുമച്ചതാണേ
തൊണ്ണൂറു വയസ്സുള്ളോരമ്മൂമ്മ പഴം പായിൽ കിടപ്പുണ്ടേ
അമ്മൂമ്മേ ഉണർത്തരുതേ ഉണർത്ത്യാൽ കഞ്ചാവുണ്ട
ചോദിക്കും (2)

10. **വ**രിക്കച്ചക്കേടെ ചൊള കണക്കിലു
തുടുതുടുത്തൊരു കല്യാണി
കൊടകരയിലു കാവടിയാടുമ്പം
കണ്ടെടീ ഞാനൊരു മിന്നായം
ചാട്ടുളി മുന തുള തുളയ്ക്കണെ
മൂർച്ചയുള്ളൊരു നോട്ടമാ
കാലിടറണ് വയറെരിയണ്
ഇടി കുടുങ്ങണ് നെഞ്ചിന്
തകിലു കൊട്ടണ് ചുവടു വെയ്ക്കുമ്പ
താളം പോണൊരു പോക്കെടീ
കാവടി കിടന്നോടണ് ഒരു കാലിളകിയ ചേലില്
കാലിളകി ചേലില് കണ്ടുനിക്കണ കല്യാണിക്കൊരു
ചെറുചിരി ചെറുപുഞ്ചിരി ചെറുചിരി ചെറുപുഞ്ചിരി
കരളിലാപ്പൊരു കാവടിപ്പൂ കാവടി കിടന്നാടണ്
കാവടി കിടന്നാടണ് കാവടി കഴിഞ്ഞമ്പലത്തിന്
ആളൊഴിഞ്ഞൊരു മൂലയിൽ
കാത്തിരിക്കണ കല്യാണി കൈനീട്ടി മാടിവിളിച്ചെന്നെ
നീട്ടി മാടിവിളിച്ചെന്നെ
കാലു തമ്മില് കൂട്ടിമുട്ടണ്
പടപടപട ഉള്ളില് പടപടപട ഉള്ളില്
പോകണോ തിരിഞ്ഞോടണോ

പണിപറ്റുമോ പുകിലാകുമോ പറ്റുമോ പുകിലാകുമോ
ആക്കം കണ്ടപ്പം നോക്കിപോയതു
തലതെറിക്കണ കുറ്റാണോ (2)
വിളിച്ചിട്ടല്ല ഞാൻ പറഞ്ഞിട്ടല്ല ഞാൻ
വേലവേണ്ടടി കല്യാണി (2)
അറച്ചുപറച്ചു ഞാൻ അടുത്തു ചെന്നിട്ട്
അറച്ചുനിക്കണ നേരത്ത് (2)
കഴുത്തിലിട്ടൊരു താലിമാല കാട്ടിതന്നെടി കല്യാണി
കാട്ടിതന്നെടി കല്യാണി
ചിരിച്ചതെന്തിനു കുഴഞ്ഞതെന്തിനു കുരുത്തംകെട്ടൊരു കല്യാണി
കുടുംബനോക്കണ കണവനുണ്ടെങ്കിൽ
കടുപ്പം വേണ്ടെടി കല്യാണി (3) (വരി)

11. ഉമ്മായിക്കുച്ചാണ്ട് പ്രാണൻ കത്തണമ്മ
വാഴല പൊട്ടിച്ച് പാപ്പൊണ്ടാക്കണുമ്മാ
വയറു കത്ത്യാല് എന്റെ കൊടലു കത്തണുമ്മാ
പ്രാണൻ പെടഞ്ഞിട്ട ദൈവേ ഓണം പാഴാക്കണുമ്മാ
അത്തം കഴിഞ്ഞാലോ പിന്നെ ഓണം വരുമന്ന്
ഇമ്മിണിനാളായീട്ടച്ചൻ കൊഞ്ചിപ്പറയാറില്ലേ (ഉമ്മാ)
ഞാനൊരു പൂക്കളീട്ടു കാലത്തെന്റെ അമ്മേം പൂക്കളീട്ടു
അച്ഛൻ വന്നപ്പോ വൈന്നേരം വാളോണ്ടു പൂക്കളീട്ടു
അച്ഛൻ വന്നീല്ലേ അമ്മേ അത്തായം വെന്തില്ലേ
അത്തായം കുയിച്ചാണ്ട് പാണ് കത്തണ്മ്മാ
അച്ഛൻ വന്നപ്പോൾ അച്ഛന്റെ മോള് കിണുങ്ങുന്നുണ്ട് (ഉമ്മാ)
എന്തിനാടി മോളേ തല തല്ലിക്കരയണത്
ചോറുചോയ്ച്ചപ്പോ അമ്മ കീറുതന്നച്ചോ
കീറുകിട്ടിപ്പോ എന്റെ പ്രാണൻ പോയച്ഛോ...
അത്തായം വെണ്ടെനിക്ക് പൊന്നെ അച്ഛനെ മാത്രംമതി
അടുക്കളെച്ചെന്നിട്ട് കുമാരൻ അടുപ്പത്തേക്കൊന്നു നോക്കീ...
വെള്ളമെറക്കടീ ജാനു ഞാനൊന്നു കുളിച്ചീടട്ടെ
കണ്ണെഴുതീട്ട് പൊട്ടുകുത്തീട്ട്
പുള്ളികുത്തീട്ട് ദൈവേ കണ്ണാടിനോക്കാം (ഉമ്മാ)

12. **അ**മ്മായീടെ മോളെ ഞാൻ
നിക്കാഹ് ചെയ്തീട്ടാകെ കുഴപ്പമായി
അവൾ കാലത്തെണിക്കൂല്ല മുറ്റമടിക്കൂല്ല
പല്ലുകൂടി തേയ്ക്കൂല്ലാന്നേ (2)
മുറ്റമടിയ്ക്കാനായി ചൂലെടുത്താൽ
അവൾ നടന്നോണ്ടുറങ്ങും ചെയ്താൽ
തല്ലാനോ പാടില്ല കൊല്ലാനോ പാടില്ല
മാമാന്റെ മോളായി പോയ് (2) (അമ്മാ)
എന്റുമ്മാനെ തല്ലാനായി ഒരു ദിവസം
കുറ്റിച്ചൂലുകൊണ്ടോടിച്ചവൾ (2)
മിണ്ടാനോ പാടില്ല പറയാനോ പാടില്ല
മാമാന്റെ മോളായി പോയ് (2) (അമ്മാ)

●